இளையராஜாவுடன் இசையிரவு

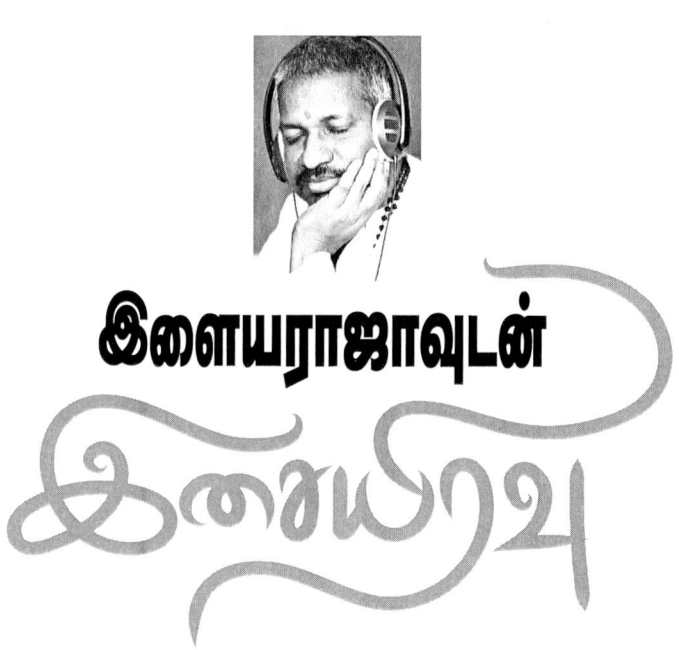

தி இந்து குழுமம்
தமிழ் திசை

இளையராஜாவுடன் இசையிரவு

குமார் துரைக்கண்ணு

தமிழ் திசை

Title
ILAYARAJAVUDAN ISAIYIRAVU
KUMAR DURAIKANNU

ISBN NO: 978-81-979390-9-9

நூல் தலைப்பு
இளையராஜாவுடன் இசையிரவு

நூல் ஆசிரியர்
குமார் துரைக்கண்ணு

முதற்பதிப்பு
டிசம்பர் - 2024

விலை: ₹150

ஆசிரியர்
கே.அசோகன்

நூல் பொறுப்பாசிரியர்
பாரதிதமிழன்

உதவிப் பொறுப்பாசிரியர்
வா.ரவிக்குமார்

Creative Head - புத்தகங்கள் பிரிவு
மு.ராம்குமார்

முதன்மை வடிவமைப்பாளர்
என்.கணேசன்

வடிவமைப்பாளர்
ச.சக்திவேல்

பதிப்பகப் பிரிவு
விற்பனை மேலாளர்: **S.இன்பராஜ்**
முகவரி:

KSL MEDIA LIMITED, கஸ்தூரி மையம்,
124, வாலாஜா சாலை,
சென்னை - 600 002.

போன்: **044 - 35048001**
செல்: **7401296562 / 7401329402**

தமிழ் திசை பதிப்பகத்தின்
அனைத்துப் புத்தகங்களையும்
வாங்கிட கீழே குறிப்பிட்டுள்ள
ஆன்லைன் லிங்கை
பயன்படுத்தவும்.
மேலும், நமது பதிப்பகத்தின்
விலைப் பட்டியலை
PDF மூலம் பார்க்க
உங்கள் whatsapp எண்ணை
மேற்கண்ட எண்ணுக்கு அனுப்பவும்.

https://store.hindutamil.in/publications
www.instagram.com/hindu_tamil

https://www.facebook.com/Tamilthisaipublications https://twitter.com/Tamilthisaipublications

Printed by B.Ashok Kumar, Rasi Graphics (P) Ltd, No.40, Peters Road, Royapettah, Chennai - 600 014, for KSL Media Limited. Chennai - 600 002.

ராஜ இசைக்கு ஒரு ரசிகனின் பொழிப்புரை!

இசையில் ஆழங்கால்பட்டவர்களையும் பாமரர்களையும் ஒருங்கே தன்னுடைய இசையால் மகிழ்ச்சியடைய வைப்பவர் இளையராஜா. அவருடைய இசையில் முகிழ்த்த பாடல்களிலிருந்து முத்தெடுப்பது போல் அரிய 35 பாடல்களைப் பற்றி ஒரு ரசிகனின் அனுபவத்தை முன்னிறுத்தி, 'இந்து தமிழ் திசை' இணையத்தில் குமார் துரைக்கண்ணு எழுதியதன் தொகுப்பே இந்நூல். இணையத்தில் இந்தக் கட்டுரைகள் வெளிவரும்போதே பெரும் வரவேற்பைப் பெற்றன.

நீண்ட பயணங்களின் துணையாக, உறவுகள் ஏற்படுத்திய காயங்களுக்கு மருந்தாக, புலம்பெயர்ந்து வாழ்பவர்களின் மனத்திலிருந்து எழும் மண்வாசனையாக... என ஒவ்வொருவருக்கும் இளையராஜாவின் இசையில் அமைந்த பாடல்கள் வெளிப்படுத்தும் உணர்ச்சிக் குவியல்கள் நூலின் பக்கங்கங்கள் தோறும் அணிவகுக்கின்றன.

ஒரு பாடலுக்கான திரைப்படத்தின் சூழலை மட்டும் பகிர்ந்துகொள்ளாமல், அந்தப் பாடலின் தொடக்க இசை, இடையிசை, அந்த இசையை வெளிப்படுத்தும் இசைக் கருவிகளின் பெயர்கள், அந்தக் கருவிகளை வாசித்திருக்கும் கலைஞர்களின் பெயர்கள், இசைத் துறையில் அவர்களின் சிறப்புகள் எனப் பலவற்றைப் பற்றியும் மேலதிக தகவல்களை கட்டுரையின் ஊடாக வழங்கியிருப்பதன் மூலம், படிப்பவர்களின் இசை ரசனையையும் இந்தப் புத்தகத்தில் இடம்பெற்றிருக்கும் கட்டுரைகள் வளர்க்கிறது.

ஓர் இசைக் கலைஞன் இளையராஜாவின் பாடல்களை அணுகும்போது, 'இந்த இசைக் கோப்பில் பயன்படுத்தப்பட்டிருப்பது மேஜர் ஸ்கேலா, மைனர் ஸ்கேலா?' என்னும் ஆராய்ச்சியில்தான் இறக்குவார். ஆனால், "துள்ளி எழுந்தது பாட்டு' பாடலின் தொடக்கத்தில் சில விநாடிகள் மனதை வருடும் அந்த கிடார் இசை புனிதங்களுக்கு ஒப்பானது" - என்னும் இந்த வார்த்தைகளில், ஒரு ரசிக இதயத்தின் வாக்குமூலத்தை படிப்பவர்கள் உணரலாம்!

"அழுதுகொண்டிருக்கும் குழந்தையை நோக்கி நீளும் தாயின் கைகளைப் போல வரும் அந்த புல்லாங்குழல் இசையால் தாலாட்டுவார் இளையராஜா" - என்னும் வரிகள், ராஜ இசைக்கு ஒரு ரசிகனின் பொழிப்புரையாக இந்நூலில் விரிந்திருக்கிறது.

"ஆன்மிகத்தையும் லௌகீக வாழ்க்கையையும் இணைக்கும் பாலம் இசை" என்பார் இசை மேதை லுட்விக் வான் பீத்தோவன். அந்த மேதையின் வார்த்தைகளை, நம் வாழ்வில் இளையராஜாவின் இசை நிதர்சனமாக்கும் தருணங்களை இந்நூலினைப் படிக்கும் நீங்களும் உணர்வீர்கள்..

அன்புடன்,
கே.அசோகன்,
ஆசிரியர்,
'இந்து தமிழ் திசை'

என்னுரை

ஒரு பெருங்கடலின் சில துளிகள்!

உழைக்கும் மக்கள் அதிகம் வாழும் பகுதிகளில் நீக்கமற நிறைந்திருப்பார் இளையராஜா. ரணங்களும் வலிகளும் சூழ்ந்திருக்கும் அந்த மக்களுக்கு தொடர்ந்து உழைப்பதற்கான உத்வேகத்தையும், உற்சாகத்தையும் பிரசவித்துக் கொண்டேயிருப்பது அவருடைய பாடல்களே. அப்படி, அவரது பாடல்களைக் கேட்டு ரசிப்பதால், ஆறுதலடைந்த கோடிக்கணக்கான ரசிகர்களில் நானும் ஒருவன்.

ஓர் இசைக் கலைஞராக இருந்தால், இசைக் கருவிகளை மீட்டி அவரது பாடலை விவரித்திருக்கலாம். ஆனால், வெறுமனே பாடல்களைக் கேட்டு ரசிக்க மட்டுமே தெரிந்த எனக்குக் கிடைத்த அரிய வாய்ப்பாக அமைந்ததுதான் இந்த 'இளையராஜாவுடன் இசையிரவு' புத்தகம்.

இந்தப் புத்தகத்தில் உள்ள 35 பாடல்களில் நிச்சயம் உங்களுக்குப் பிடித்த பாடல் இடம்பெற்றிருக்கும். பல இடங்களில் படித்தது, பேட்டிகளாக கேட்டது, எனது கற்பனைகள் என அனைத்தும் சேர்ந்ததுதான் இந்தப் புத்தகம். என்னுடைய நண்பர்கள், உறவினர்கள், கல்லூரியில் படித்தவர்கள், உடன் பணி செய்பவர்களுடன் ஒரு நாளைக்கு ஒரு முறையாவது இளையராஜா குறித்து பேசிவிடுவேன். அப்படியும் இல்லை என்றால், அவரது பாடலையாவது கேட்டுவிடுவேன்.

இந்தத் தொடர் 'இந்து தமிழ் திசை' டிஜிட்டல் பக்கத்தில் வெளியானபோது, வாசகர்கள் பலரும் கருத்துகளைப் பதிவிட்டனர். அவற்றையும் கருத்தில் கொண்டேன். அதேபோல், உடன் பணியாற்றும் சக நண்பர்கள் அவ்வப்போது இந்தத் தொடர் குறித்த தங்களது கருத்துகளைப் பகிர்ந்துகொள்வர். இப்படி பலரது வழிகாட்டுதல் மற்றும் பாராட்டுகளால்தான் என்னால் 35 கட்டுரைகளை எழுத முடிந்தது. சிறு வயது முதலே இளையராஜா குறித்து பேசிக் கொண்டும், தினசரி, வார இதழ்களில் வரும் அவரது புகைப்படங்களை வெட்டியெடுத்து பத்திரப்படுத்திக்கொள்ளும் வழக்கமுள்ள எனக்கு, இந்தப் புத்தகம் ஓர் அரிய வாய்ப்பு.

இசைஞானியின் பாடல்கள் ஏற்படுத்திய தாக்கங்கள்தான் எழுத்துகளாக உருப்பெற்றன. அவரது ஒவ்வொரு பாடலும் தந்த அனுபவத்தையும் நுட்பமாக விவரிப்பதற்கு, எனக்குத் துணையாக இருந்தவர், இசைக் கலைஞரான எனது மாமா 'சாக்ஸ்' குமார் நன்றிக்குரியவர். அவர்தான் இசை தொடர்பான எனது அனைத்து விதமான சந்தேகங்களுக்குமான விக்கிப்பீடியா. இந்தப் புத்தகத்தில் இடம்பெற்றுள்ள பாடல்களில் பயன்படுத்தப்பட்டிருக்கும் இசைக் கருவிகள் குறித்த சந்தேகங்களை அவர் மூலம்தான் நிவர்த்தி செய்து கொண்டேன்.

ஒவ்வொரு அத்தியாயத்தையும் படித்து முடித்த பிறகும் கருத்துகளைப் பகிர்ந்து, அடுத்தடுத்த அத்தியாயங்களை மெருகேற்ற ஊக்கப்படுத்திய பாரதி ஆனந்த், மலையரசு, தனபால் சிங், கலிலுல்லா, பால் நிலவன், இந்து குணசேகர், எல்லுச்சாமி கார்த்திக், காந்தி ராஜா உள்ளிட்ட நண்பர்கள் பலரும் மகிழ்ச்சிக்கும் நெகிழ்ச்சிக்கும் உரியவர்கள்.

'இளையராஜாவுடன் இசையிரவு'-க்கு அடித்தளம் அமைத்துத் தந்த 'இந்து தமிழ் திசை' ஆசிரியர் கே. அசோகன், டிஜிட்டல் பிரிவு ஆசிரியர் பாரதி தமிழன், டிஜிட்டல் பிரிவு துணை ஆசிரியர் சரா, தலைமை வடிவமைப்பாளர் ராம்குமார் ஆகியோருக்கு எனது பேரன்பை செலுத்துகிறேன்.

இளையராஜாவின் இசை என்பது ஒரு பெருங்கடல். அதில், சில துளிகளே இப்புத்தகத்தில் இடம்பெற்றுள்ள பாடல்களும், அவை தந்த பேரனுபவமும். அந்த அனுபவத்தை உள்வாங்கும் வாசகர்கள் நிச்சயம் தங்களது வாழ்வில் இளையராஜா மீட்டெடுத்த தருணங்களை நினைவுகூர்வதுடன், மீண்டும் மீண்டும் இனி கேட்கப்போகும் இளையராஜவின் பாடல்களில் மிகுந்துள்ள புதையல்களை தோண்டியெடுத்து மகிழ்வர் என நம்புகிறேன்.

இளையராஜா இசையுடன்,
குமார் துரைக்கண்ணு
maestro.kumar@gmail.com
பேச: 9597112254

உள்ளே...

1. அழகிய கண்ணே 11
2. ஆறும் அது ஆழமில்ல 14
3. இதயம் ஒரு கோயில் 18
4. வெள்ளைப் புறா ஒன்று 22
5. துள்ளி எழுந்தது பாட்டு 25
6. அடி ஆத்தாடி... 28
7. மன்றம் வந்த தென்றலுக்கு... 31
8. ராத்திரியில் பூத்திருக்கும்... 34
9. காதல் என்பது பொது உடமை... 38
10. காதலின் தீபம் ஒன்று... 42
11. அம்மானா சும்மா இல்லடா 46
12. மாலையில் யாரோ மனதோடு.. 50
13. தாலாட்டும் பூங்காற்று நானல்லவா... 54
14. பொன் வானம் பன்னீர் தூவுது... 58
15. ஆசைய காத்துல தூதுவிட்டு... 62
16. அந்திமழைப் பொழிகிறது... 67
17. பூமாலையே தோள் சேரவா... 72
18. என்னுள்ளில் எங்கோ ஏங்கும் கீதம்... 78

19. மெட்டி ஒலி காற்றோடு... 83

20. மௌனமான நேரம்... 88

21. 'அழகாக சிரித்தது அந்த நிலவு...' 92

22. 'கண்ணா உனைத் தேடுகிறேன் வா...' 96

23. 'இளமை இதோ இதோ...' 101

24. 'பூவே இளைய பூவே...' 106

25. 'பூங்கதவே தாழ் திறவாய்...' 110

26. 'மல்லிகையே மல்லிகையே தூதாக போ...' 114

27. 'நீ பாதி நான் பாதி கண்ணே...' 118

28. 'பச்ச மலப்பூவு நீ உச்சி மலத்தேனு...' 122

29. 'ஆகாய வெண்ணிலாவே' 126

30. 'இரண்டும் ஒன்றோடு ஒன்று சேர்ந்தது' 130

31. 'கல்யாண தேன்னிலா' 135

32. 'அதிசய நடமிடும்' 140

33. 'அந்த நிலாவத்தான்' 144

34. 'சொர்க்கத்தின் வாசற்படி' 147

35. 'மழை வருது மழை வருது...' 150

1

அழகிய கண்ணே

நம் மனதுக்கு ஓர் ஆறுதல்!

நீலமற்ற வானம், அலைகளற்ற கடல், சிறகுகளற்ற பறவைகள் எப்படி சாத்தியமற்றதோ அதுபோலத்தான் இசைஞானி இளையராஜாவின் இசையற்ற இரவுகள். இரவுக்கும்,ராஜாவின் இசைக்கும் இடையிலான நெருக்கம் எப்போதும் உன்னதமானது.ஆழ்மனதின் அமைதியை கிளர்ந்தெழச் செய்யும் இரவுகளை சமாளிப்பதற்கு சரியான உளவியல் மருத்துவர் இளையராஜா மட்டுமே.

அந்த கணத்தில் நம் மனதுக்கு தேவையானதை, துல்லியமான இசை மருத்துவக் குறிப்புகள் சேர்த்து சிகிச்சையளிக்கும் ராஜாவின் இசைக்கு நிகரானது எதுவுமே இருக்க முடியாது. மகிழ்ச்சியையும், துக்கத்தையும் எமோஜி பொம்மைகள் மூலம் வெளிப்படுத்திக் கொள்ளும் 2K கிட்ஸ்களின் உலகத்தில், 80-ஸ் மற்றும் 90-களில் பிறந்தவர்கள் வாழ்வதற்கான தகவமைப்பை வசப்படுத்துவது, இசைஞானியின் இசை மட்டுமே. எம்எஸ்வி காலம் தொடங்கி, இப்போது வரை ராஜாவின் இசை மழையில் நனையாதவர்களை காண்பது அரிது.

மனித உணர்வுகளும், உணர்ச்சிகளும் தனித்துவம் வாய்ந்தவை. அவற்றை நம் ஆழ்மனதின் அறியமுடியாத பாகங்கள் வரை சென்று சுகமான நினைவுகளாக மாற்றுவதில், இளையராஜாவின் இசைக்கும், அவரது இசை கருவிகளுக்கும் தனி இடம் உண்டு. இயக்குநர் மகேந்திரன்

இயக்கத்தில், 1979ம் ஆண்டு வெளிவந்த திரைப்படம் ‘உதிரிப்பூக்கள்’. சுமார் 45 ஆண்டுகளுக்கு மேலாக, இத் திரைப்படமும், படத்தில் இடம்பெற்ற பாடல்களும் பலரது ஆல்டைம் ஃபேவரைட்.

அந்தப் படத்தில் இடம்பெற்ற ‘அழகிய கண்ணே உறவுகள் நீயே’ பாடல் இன்றளவும் ரசித்துருகும் பாடலாக இருந்து வருகிறது. பாடலை கவிஞர் கண்ணதாசன் எழுத, எஸ்.ஜானகி பாடியிருப்பார். மான்டேஜ் ஷாட்களாக வரும் பாடலில் இரண்டு குழந்தைகளின் தாயானவளின் ஆழ்மனது துயரங்களை, வலிகளை யதார்த்தமாக காட்சிப்படுத்தப்பட்டிருக்கும்.

எதிர்மறை எண்ணங்கொண்ட கணவனை தன் குழந்தைகளுக்காக சகித்துக் கொண்டு வாழும் மனைவியின் ஆழ்மனது துயரங்கள், ஏக்கங்கள், வலி, வேதனையென அனைத்தையும்,

“மஞ்சள் என்றென்றும் நிலையானது
மழை வந்தாலுமே கலையாதது
மஞ்சள் என்றென்றும் நிலையானது
மழை வந்தாலுமே கலையாதது
நம் வீட்டில் என்றும் அலைமோதுது
என் நெஞ்சம் அலையாதது”
என்ற வரிகள் விவரித்திருக்கும்.

பெருங்கூட்டமொன்றின், கவனத்தை ஓரிடத்தில் குவிக்கும் மணியோசை.கோயில், தேவாலயம், பள்ளி என இடத்துக்கு ஏற்றதுபோல், மணியோசையின் அளவிலும், காலத்திலும் மாறுபாடு இருக்கும். இந்த மணியோசைகளை தனது பாடல்களில் ராஜா பயன்படுத்தும் அழகே தனி.அந்த வகையில், இப்பாடலின் துவக்க இசை, மணியோசைகளுடன் தான் ராஜா தொடங்கியிருப்பார்.

மணியோசை பாடலைக் கேட்க நம்மை தயாராக்கும்போது, கிடார்,கீபோர்ட் உடன் சேர, அழுதுகொண்டிருக்கும் குழந்தையை நோக்கி நீளும் தாயின் கைகளைப் போல வரும் அந்த புல்லாங்குழல் இசையால் தாலாட்டுவார் இளையராஜா. பின்னர், மீண்டும் தொடக்கத்தில் வந்த மணியோசையை இசைத்து, அங்கிருந்து பாடலின் பல்லவியைத் தொடங்கியிருப்பார் ராஜா.

படத்தில் வரும் நாயகியின் துயரத்தை, ஜானகி அம்மாவின் குரலின் வழியே உணர்த்தியிருப்பார் இளையராஜா. மூன்று சரணங்களைக் கொண்ட இந்தப் பாடலில், வயலின்களும், புல்லாங்குழலும் அதியற்புதங்களை ஆங்காங்கே நிகழ்த்திக் கொண்டேயிருக்கும்.

இளையராஜாவின் ராஜ வைத்தியத்தில், புல்லாங்குழலும், வயலின்களும் தவறாது இடம்பெறுபவை.

இந்தப் பாடலில், மூன்றாவது சரணத்தின் இடையிசையில் வரும் குழலிசை மனதை வருடுவதோடு, மென்சோகத்தை அந்த குழலிசை வெளிப்படுத்தியிருக்கும். அந்த இடத்துக்கு ராஜா, "ரிக்கார்டர்" என்ற குழலிசைக் கருவியை பயன்படுத்தியிருப்பார். அக்கருவியின் ஓசை, நம் மனதுக்கு அத்தனை ஆறுதலாக இருக்கும். இந்தப் பாடலில், புல்லாங்குழல் இசைத்தவர் மறைந்த குழலிசைக் கலைஞர் சுதாகர். ராஜாவையும், ராஜாவின் இசையையும் மிகவும் நேசித்த இசை கலைஞர்களில் ஒருவர் சுதாகர்.

மவுனித்துக் கிடக்கும் நகர்ப்புறங்களின் பின்னிரவுகளோ, பூச்சிகளும், வண்டுகளும் ரீங்கரிக்கும் கிராமப்புறங்களோ, நீல வானத்து நிலாவைச் சுற்றி வெள்ளித்துண்டுகள் சிதறிக்கிடப்பதைப் போலத்தான், மனித உணர்வுகளுக்கான மாண்பை கடத்தும் இளையராஜாவின் பாடல்களைச் சுற்றித்தான் நம் மனதும், செவியும் எப்போதும் குவிந்து கிடக்கும்...

2

ஆறும் அது ஆழமில்ல
அழிக்க முடியாத காதல் நினைவலைகள்!

அடித்துப் பெய்த மழை ஓய்ந்த தருணங்களில், நம்மைப் போலவே நமது மனங்களும் இதமான ஒரு கதகதப்பைத் தேடும். அந்த கதகதப்பை ஒரு கோப்பைத் தேநீரோ, ஒரு புத்தகமோ அல்லது ஏதாவதொரு ரெட்ரோ பாடலோ உடனடியாக தந்துவிடுபவை.

அத்தகைய பாடல்கள் ராஜாவின் இசையில் வந்தவையாக இருப்பதற்கே சாத்தியங்கள் அதிகம். குளங்களின் மேல் பச்சையாடைப் போர்த்திக் கொண்டும், ஆளரவமற்ற இடங்களில் தொன்மையின் சுவடுகளாய் எஞ்சி நிற்கும் ஆளுயர மதில்களை இறுகப்பற்றிய, பாசிகளைப் போலத்தான் அவரது இசையும், பாடல்களும் பலரது மூளையின் மேற்புறத்தில் படர்ந்திருக்கிறது.

விடாது துரத்தும், சர்வைவல் பிரச்சினை உள்ளிட்ட காரணங்களால், பிறந்த ஊரையும், சொந்தப்பந்தங்களையும் பிரிந்து உலகின் மூலைமுடுக்கெல்லாம் வாழ்ந்து வருபவர்கள் ஏராளம். வாழ்வதற்கரிய தொலைதூர வசிப்பிடங்களில் நமக்கு பேராறுதலை தருபவை, நமது சொந்த ஊர் பற்றிய நினைவுகள்தான். அதுபோன்ற நேரங்களில், தூரத்தில் கேட்கும் நமக்கு பிடித்த பாடல் ஒன்று, தனிமையின் வெறுமைகளிலிருந்து நம்மை விடுவிக்கும். அதுவும் அந்த குரல் இளையராஜா உடையதாக

இருந்தால் கேட்கவா வேண்டும்? அப்படியொரு ஆற்றுப்படுத்தும் தன்மையைக் கொண்டதுஅவரது குரல்.

அவரது குரலில் வந்த ஆயிரக்கணக்கான பாடல்களில், இயக்குநர் மணிவண்ணன் இயக்கத்தில், 1986-ம் ஆண்டு வெளிவந்த 'முதல் வசந்தம்' படத்தில் வரும் ஆறும் அது ஆழமில்ல.. பாடலும் ஒன்று. இந்தப் பாடலின் தனிச் சிறப்பே, தாளநடைக்கு பயன்படுத்தப்பட்ட இசைக்கருவிகள்தான். தோல் இசைக் கருவிகளை பயன்படுத்துவதில் வல்லவரான ராகதேவன், தவிலையும், உருமியையும் இப்பாட்டில் பயன்படுத்தி பாடல் கேட்பவர்களை உருக வைத்திருப்பார்.

கம்பி வேலி ஒன்றுக்கு டைட் குளோஸாக செல்லும் கேமிரா, அவுட் ஆஃப் ஃபோகஸாகி, தூரத்தில் மறையும் சூரியனுக்கு ஃபோகஸாகும். அப்போது பின்னணியில், துவங்கும் அந்த "ம்ம்ம்ம் ம்ம்ம்" என்ற கோரஸின் ஹம்மிங் உடன் சேர்த்து, அந்த பாடலின் சூழலுக்கே கைப்பிடித்துக் கூட்டிச் சென்றுவிடுவார் இசைஞானி. கோரஸுக்குப் பின், "டடக்கு டக்கு தும்.. டடக்கு டக்கு தும்".. என வரும் தவில், உருமி ரிதத்தின் வழியே, அனுமதியின்றி நம் ஆழ்மனதின் அடித்தூறு வரை சென்று ஆட்சி செய்யத் தொடங்கிவிடுவார் இளையராஜா.

இதிலிருந்து நாம் மீள்வதற்குள், வரும் அந்த ஷெனாய் இசையில் சோகங்கள் எல்லாம், சொக்கி போய்விடும்.

"ஏம்மா நின்னுட்டே, மனசுக்கு புடிச்ச புருஷன் வேணும்னு

ஆண்டவனை வேண்டிக்கிட்டு, ஆத்துல தீபத்தைவிடுமா'' என்றுவரும் அந்த வசனம் தான் பாடல் பார்த்துக் கொண்டிருக்கும் நம்மை சமநிலைக்கு கொண்டுவரும். அப்போது கையில் வைத்திருந்த தீபத்தை நாயகி ஆற்றில்விட்டுவிட, தீபம் சில அடி நகர்ந்திருக்கும்...

அத்தருணத்தில் ''ஆறும் அது ஆழமில்ல.. அது சேருங்கடலும் ஆழமில்ல'' என்று இசைஞானி பாடத் தொடங்குவார். அவ்வளவுதான், அதுவரை, மனதை அழுத்திக் கொண்டு, குரல்வளைக்குள் இறுக்குமாக தேங்கி நின்றிருந்த விம்மலும், சோகமும்,சில்லு சில்லாக உடைந்துப்போகும்.

"மாடி வீடு கன்னி பொண்ணு
மனசுகுள்ள ரெண்டு கண்ணு
ஏழை கண்ண ஏங்க விட்டு
இன்னும் ஒண்ணு தேடுதம்மா

கண்ணுக்குள்ள மின்னும் மைய்யி
உள்ளுக்குள்ள எல்லாம் பொய்
சொன்ன சொல்லு என்ன ஆச்சு
சொந்தமெல்லாம் எங்கே போச்சு

நேசம் அந்த பாசம்
அது எல்லாம் வெளிவேஷம்
திரை போட்டு செஞ்ச மோசமே"

ஒருகாலத்தில், இந்தப் பாடல் வரிகளை பாடாத 80-ஸ் 90-ஸ் கிட்ஸ்களே இருந்திருக்க மாட்டார்கள் எனும் அளவுக்கு பிரபலமானது இந்த பாடல்.

"தண்ணியில கோலம் போடு
ஆடி காத்தில் தீபம் ஏத்து
ஆகாயத்தில் கோட்ட கட்டு
அந்தரத்தில் தோட்டம் போடு

ஆண்டவன கூட்டி வந்து
அவனை அங்கே காவல் போடு
அத்தனையும் நடக்கும் அய்யா
ஆச வச்சா கிடைக்கும் அய்யா

ஆனா கிடைக்காது
நீ ஆச வைக்கும் மாது
அவள் நெஞ்சம் யாவும் வஞ்சமே",
என்று இப்பாடலின் இரண்டாவது சரணம் எழுதப்பட்டிருக்கும்.

இப்படி பாடல் முழுக்கவே, தனக்கு கிடைத்த இடங்களில் எல்லாம் இசை மந்திரங்களை தூவி மயக்கியிருப்பார் இளையராஜா. குறிப்பாக, ஆனா கிடைக்காது - இந்த இரு சொற்களின் இடைவெளிக்குள் ஒரு சின்ன புல்லாங்குழலிசை வரும். அது மீண்டும் மீண்டும் நம்மைக் கேட்கத் தூண்டும். ராஜாவின் குரலுக்கு அடுத்ததாக, இந்தப் பாட்டில், நமது கவனத்தைப் பெறுவது ஷெனாய் தான். வடஇந்திய வாத்தியக் கருவியான அது, ராஜாவின் வருகைக்கு முன்பாக, பெரும்பாலும் சோகத்தை மட்டுமே சுமந்துகொண்டிருந்தது. ராஜாவின் வருகைக்குப் பின் ஷெனாய் இசைக்கருவியை அவர் போல யாரும் பாவித்திருக்க முடியாது. அவரது இசையில் வந்த ஆயிரக்கணக்கான பாடல்களில், காதல், சோகம், விரகதாபம், துள்ளல் என பல்வேறு சூழல்களுக்கு பயன்படுத்தியிருப்பார். பாலேஷ் என்பவர்தான் ராஜாவின் பாடலுக்கு ஷெனாய் இசைக்கருவி வாசித்த இசைக் கலைஞர்.

அதேபோல், இந்தப் பாடலுக்கு தவில் வாசித்தவர் இசை கலைஞர் சுந்தர். இளையராஜாவிடம் மிருதங்கம், டேப் உள்ளிட்ட பல்வேறு இசைக்கருவிகளை இசைத்து வருபவர். சுந்தர், ஆறும் அது ஆழமில்ல பாடல்பதிவு குறித்து இவ்வாறு கூறியிருப்பார். "தவிலை கிளிக் ட்ராக் என்ற முறையில் சினிமாவில் பயன்படுத்தியவர் இளையராஜா தான். தேர்ந்த தவில் கலைஞர்கள்கூட இந்த கிளிக் ட்ராக் முறையில் வாசிக்க சிரமப்படுவார்கள்.

காரணம், சரியான டைம்மிங்கில் அந்த தாளம் உட்கார வேண்டும். இந்த, ஆறும் அது ஆழமல்ல பாடல் எல்லாம் காலை 7 மணிக்கு பதிவு செய்யத் தொடங்கி, காலை 9 மணிக்கெல்லாம் முடிக்கப்பட்ட பாடல்," என்று கூறியிருப்பார்.

இரண்டு மணி நேரத்தில், பதிவு செய்யப்பட்ட இந்தப் பாடல்தான் கிட்டத்தட்ட 38 ஆண்டுகளாக, வெட்ட வெட்ட துளிர்க்கும் முதல் காதல் நினைவுகளைப் போல, மீண்டும் மீண்டும் துருத்திக் கொண்டிருக்கிறது.

3

இதயம் ஒரு கோயில்

எனை ஆளும் ஆருயிர் ஜீவன்!

நீண்ட பயணங்களில் நம் அனுமதி எதுவுமின்றி, சில்லென வீசும் காற்றும் நம்முடன் சேர்ந்தே பயணிக்கத் தொடங்கி விடுகின்றன. தூரத்தில் இருந்தபடியே நம் வாகனங்களைத் துரத்தும் நிலாவை ரசித்தபடி, மெல்லிய ஒலியில் வரும் இளையராஜாவின் பாடல்களைக் கேட்டுக்கொண்டே பயணிக்கும் எல்லா பயணங்களும் சுகமானதே.

பெரும்பாரங்களைச் சுமந்து செல்லும் லாரி ஓட்டுநர்களுக்கும், நாள்தோறும் ஆயிரக்கணக்கான பயணிகளை ஓரிடத்தில் இருந்து மற்றொரு இடத்துக்கு கொண்டு சேர்க்கும் பேருந்து ஓட்டுநர்களுக்கும் தங்களது கவனச்சிதறலைக் கட்டுப்படுத்த உதவும் பேராயுதம் இசை என்றால் மிகையல்ல. இப்படியாக தொடரும் பயணங்களில், இதற்குமுன், சில பாடல்களை எத்தனை முறை கேட்டிருப்பார்கள் என்று தெரியாது. ஆனால், திரும்பதிரும்ப வரும் அந்தப் பாடல்களும், பாடலினூடே வரும் இசைக்கோர்ப்புகளும் அவர்களுக்கான புத்துணர்ச்சியைப் மீண்டும் மீண்டும் புதுப்பித்துக் கொண்டேயிருக்கிறது. அவை,ஏதோவொரு ஆறுதலை அவர்களுக்குத் தொடர்ந்து தந்துகொண்டேயிருக்கிறது.

இப்போது மனதுக்கு பிடித்த பாடல்களைக் கேட்பதெல்லாம் மிகவும் எளிதாகிவிட்டது. நினைத்த மாத்திரத்தில், விரும்பிய பாடலைக் கேட்டு

ரசிப்பதை இணையம் எளிதாக்கிவிட்டது. பாடல்களை கேசட்டில் பதிவு செய்து கேட்கும் பழக்கம் புழக்கத்தில் இருந்த சமயத்தில், 'மியூசிக்கல்ஸ்' கடைக்குச் செல்வது மறக்க முடியாது நினைவுகள் பொதிந்தவை.

பெரும்பாலான 'மியூசிக்கல்ஸ்' கடைகளின் பெயர் பலகையிலோ அல்லது கடைக்கு உள்ளேயோ இசைஞானியின் படங்கள் இருக்கும். அவரது படங்கள் இல்லாத கடைகளே இருக்காது என்றும் சொல்லலாம். கடையில் இருக்கும் அந்த விதவிதமான பாடல் பதிவு சாதனங்களைப் பார்க்கும் போதெல்லாம், என்றாவது ஒருநாள் இதுபோன்ற கருவிகளை சொந்தமாக வாங்கி இசைஞானியின் பாடல்களை ஆசைதீரக் கேட்டு ரசிக்க வேண்டும் என்று நினைக்க வைக்கும்.

அதைவிட சிறப்பாக இருப்பது படங்கள் மற்றும் பாடல்களின் விவரங்கள் அடங்கிய "கேட்லாக்" தான். அதில் எழுதப்பட்டிருக்கும், ஸ்டைலான தமிழ் எழுத்துக்கள் நம்மை ஏதோ செய்யும். அதைவிட, பதிவு செய்யப்பட்ட கேசட் கவரின் முகப்பில் உள்ள சின்ன கோடுகளில், படத்தின் பெயரும், பாடலின் முதல்வரியும் எழுதியிருக்கும் விதமும் நம்மை வெகுவாக ஈர்க்கும். ஒரு 60-கேசட்டில், மொத்தம் 12 பாடல்கள் வரும். சின்ன கேப் இருந்தால், அதில் கொசுறாக ராஜாவின் குட்டிப் பாடல்களை பதிவு செய்து கேட்பது அலாதியானது.

பெரும்பாலும், இளையராஜா இசையில் வெவ்வேறு படங்களில்

வந்த பாடல்களை இரண்டுப் பக்கத்திலும் தொகுத்து வாங்கி கேட்பது வழக்கம். என்றாலும், ஒருசில படத்தின் அனைத்துப் பாடல்களையும் ஒரு பக்கம் முழுவதும் பதிவு செய்தும் கேட்பர். கேசட்டின் இரண்டு பக்கங்களிலும்கூட ஒரே படத்தின் பாடல்களை பதிவு செய்து கேட்டவர்களும் உண்டு. அப்படி கேசட்டின் இரண்டு பக்கங்களிலும் பதிவு செய்து கேட்கும் அளவுக்கு ஓர்த்தான படங்களில் ஒன்றுதான், இயக்குநர் மணிரத்னத்தின் இயக்கத்தில் 1985-ம் ஆண்டு வெளிவந்த ‘இதயக்கோயில்’.

இசைஞானி இளையராஜா, முதன்முதலாக பாடல் எழுதியது, இந்த திரைப்படத்தில்தான். ’ இதயம் ஒரு கோயில்’ பாடல்தான் அது. இப்படத்தின் ஒரிஜினல் ஆடியோ கேசட்டில் இளையராஜா குரலில் இந்தப் பாடல் இடம்பெற்றிருக்கும். ஆனால், திரைப்படத்தில் எஸ்பிபி பாடியிருக்கும் பாடலே வந்திருக்கும்.

முதன்முதலாக பாடல் எழுதிய அனுபவத்தை, இளையராஜா கூறும்போது, இப்பாடலை எழுதியவர் “ஆடிடும் தென்னங்கீற்று” என்ற வரிகளைப் போட்டு எழுதியிருந்தார். ட்யூனுக்கு கரெக்டா இருந்த வரிகள், படத்தின் சிச்சுவேசனுக்கு சரியாகப் பொருந்தவில்லை. அதனால், ஒரு தேவியை (பெண் தெய்வம்) குறித்து பாடுவதுபோல், எழுதுமாறு அவரிடம் கூறினேன், ஆனால், அவரிடமிருந்து எனக்கு வேண்டியது கிடைக்கவில்லை. இறுதியில், அந்தப் பாடலை நானே எழுதிவிட்டேன், என்று கூறியிருப்பார்.

ஆ ஆ ஆ ஆ ஆ ஆ ஆ என்று தொடங்கும் இந்தப் பாடல் கேட்கும்போதெல்லாம் ராஜாவின் இசையில் எஸ்பிபியின் குரல் செய்திருக்கும் மாயங்கள் நினைவுக்கு வருவதை தவிர்க்க முடியாது. அதேபோல், மூன்று சரணங்களைக் கொண்ட இந்தப் பாடலின் முதல் மற்றும் இரண்டாவது சரணங்களுக்கு முன்வரும் இடையிசையில், எஸ்.ஜானகியின் குரலில் வரும் ஹம்மிங் மட்டும் கேட்டாலே போதும் என்றளவுக்கு மட்டுமே இப்பாடலை ரசிப்பவர்களும் உண்டு. அதுவும் முதல் சரணத்துக்கு முன்வரும் இடையிசையில் வீணையுடன், புல்லாங்குழல் சேர்ந்து நம்மை மயக்கிக் கொண்டிருக்க, அடுத்த சில விநாடிகளுக்கு வரும் ஜானகியின் குரலில் வரும் அந்த லலலலா லலலலலா – தான் உண்மையான் பிளிஸ்! அதுமுடிந்து கணத்தில், மலைச்சரிவுகளில் ஆர்ப்பரித்துக் கொட்டும் வெள்ளி நீர்வீழ்ச்சி போல் விழும் வயலின்களின் சாரலில், தொப்பெலென நம் மனதை நனைந்து போகச் செய்திருப்பார் இளையராஜா.

> "ஆத்ம ராகம் ஒன்றில்தான் ஆடும் உயிர்கள் என்றுமே
> உயிரின் ஜீவ நாடிதான் நாதம் தாளம் ஆனதே
> உயிரில் கலந்து பாடும்போது எதுவும் பாடலே
> பாடல்கள் ஒரு கோடி எதுவும் புதிதில்லை
> ராகங்கள் கோடி கோடி எதுவும் புதிதில்லை
> எனது ஜீவன் நீ தான் என்றும் புதிது"

என்று முதல் சரணத்தை ராஜா எழுதியிருப்பார்.

இரண்டாவது சரணத்தில்,

> "காமம் தேடும் உலகிலே கீதம் என்னும் தீபத்தால்
> ராம நாமம் மீதிலே நாதத் தியாகராஜரும்
> ஊனை உருக்கி உயிரில் விளக்கு ஏற்றினாரம்மா
> அவர் பாடலின் ஜீவன் அதுவே அவரானார்
> என் பாடலின் ஜீவன் எதுவோ அது நீயே
> நீயும் நானும் ஒன்று தான் எங்கே பிரிவது"

ஒரு தேவியின் மீது பற்றுக்கொண்டு பாடுவது போல, நாயகி குறித்து இந்தப் பாடலை எழுதியிருப்பார். இரண்டாவது மற்றும் மூன்றாவது சரணங்களின் இடையிசையில், நாதஸ்வரம் வரும் இடங்கள் கூஸ்பம்ப்ஸ் தருபவை. கீபோர்ட், கிடார், ட்ரிபிள் காங்கோ, டிரம்ஸ், தபேலா என இப்பாடல் முழுவதுமே, ஒரு எவர்கிரீன் மியூசிக்கல் ட்ரீட்தான்.

4

வெள்ளைப் புறா ஒன்று

கண்ணோரம் உண்டாகும் கார்கால சிலிர்ப்பு!

காதலின், பெருஞ்சுமையான கவலைகளைத் தூக்கிச் சுமந்த உடல், களைப்பின் அசதியில்,இரவில் அயர்ந்து கிடக்கும். இது முடியப்போவது இல்லை என்ற உண்மைதான், மனதையும் நினைவுகளையும் நாளைக்கு தயார்படுத்துகிறது. இருப்பினும், பெருத்த கவலை மூளையினூடாக மனதுக்குள் நுழைய முயற்சிக்கும். இந்த உளவியல் போராட்டத்தைத் தடுக்க தேவைப்படும் பேராற்றலையும், புத்துணர்வையும்தான் இளையராஜாவின் இசையும் பாடல்களும் 48 ஆண்டுகளுக்கும் மேலாக பலருக்கும் தந்து கொண்டேயிருக்கிறது.

ஏற்கெனவே பலமுறை கேட்ட பாடல்களாக இருந்தாலும், அவை எப்படி திரும்பத்திரும்ப இந்த புதுப்பித்தலை மீட்டுருவாக்கம் செய்கின்றன? என்பதுதான், விடை காண முடியாத கேள்வியாக இன்றுவரை தொடர்கிறது. அதனால்தான் அந்தப் பாடல்கள் பலருடைய மன காயங்களுக்கான மருந்தாக மாறிவிடுகிறது. மனது எங்கிருக்கிறது? என்பதே தெரியாத சூழலில், அதில் ஏற்பட்டுள்ள காயங்களுக்கு மருந்து பூசி குணமாக்கும் தன்மைக் கொண்டது, இளையராஜாவின் இசையும் பாடல்களும்.

அந்த வகையில் இந்தப் பாடல் காதலர்களாக இருந்தவர்கள்,

இருப்பவர்கள், இருக்கப்போகிறவர்கள் என அனைவருக்குமே பிடித்த பாடல். மூச்சுவிடவே சிரமப்படும் நகரங்களின் சாலைகள், டோல்பூத்களின் தொந்தரவு இல்லாத நீண்ட சாலைகளில் பயணிக்கும்போது, இப்பாடலைக் கேட்பது கோடி அருவியில் குளித்த சுகத்தைக் கொடுக்கும். 1982-ம் ஆண்டு இயக்குநர் எஸ்.பி.முத்துராமன் இயக்கத்தில் வெளிவந்த 'புதுக்கவிதை' திரைப்படத்தில் இடம்பெற்ற 'வெள்ளைப் புறா ஒன்று ஏங்குது கையில் வராமலே' பாடல்தான் அது.

இப்பாடலை கே.ஜே.யேசுதாஸ் உடன் எஸ்.ஜானகி இணைந்து பாடியிருப்பர். தனது வாகனத்தின் பேட்டரியை மறைத்து வைக்கும் காதலி, அந்த வழியாக வரும் காதலனிடம் உதவி கேட்பார். காதலியின் நடிப்பை காதலன் கண்டுபிடிக்கும்போது, அந்த வாகனத்திடம் நகர்ந்து காதலர்களுக்கு கேமரா போக்கஸாகும். பாடலுக்கு எடுக்கப்பட்ட காட்சிகள்தான், இது என்றாலும்,

பாடலின் சூழலுக்கு,இசை அவ்வளவுப் பொருத்தமாக அமைந்திருக்கும். பாடலின் தொடக்கத்தில், தேடல் மற்றும் கண்டடைதலின் சுகத்தை கிடார், வயலின்கள் துணைகொண்டு கடத்தியிருப்பது அபாரமாக இருக்கும்.

அதுமுடிந்த மாத்திரத்தில், ஆஆஆஆஆ...ஆஆஆஆஆ என்ற ஹம்மிங் ஜானகி வாய்ஸில் கேட்கும்போது, நகர்வதாக நம்பப்படும் மேகங்களும் கூட ஒரு கணம் நின்று அந்த ஹம்மிங்கை கேட்டுச் செல்லும். இசைஞானி இளையராஜாவின் கம்பி மற்றும் காற்றுக் கருவிகளின்

மேல் பட்டுத்தெறித்து விழும் கவிப்பேரரசு வைரமுத்துவின் காதல் வரிகளின் சுகத்தை அனுபவிப்பது பேரானந்தத்தைக் கொடுக்கும். இந்தக் கூட்டணியின் மறக்கமுடியாத ஆல்பங்களில் புதுக்கவிதையும் ஒன்று.

"கங்கை வெள்ளம் பாயும் போது கரைகள் என்ன வேலியோ
ஆவியோடு சேர்ந்த ஜோதி பாதை மாற கூடுமோ
மனங்களின் நிறம் பார்த்த காதல் முகங்களின் நிறம் பார்க்குமோ
நீ கொண்டு வா காதல் வரம்
பூ தூவுமே பன்னீர் மரம்
சூடான கனவுகள் தன்னோடு தள்ளாட",
என்று முதல் சரணம் எழுதப்பட்டிருக்கும்.

இரண்டாவது சரணத்தில்,

"பூவில் சேர்ந்து வாழ்ந்த வாசம் காவல் அணை மீறுமே
காலம் மாறும் என்ற போதும் காதல் நதி ஊறுமே
வரையரைகளை மாற்றும் போது தலைமுறைகளும் மாறுமே
என்றும் உந்தன் நெஞ்சோரமே
அன்பே உந்தன் சஞ்சரமே
கார்கால சிலிர்ப்புகள் கண்ணோரம் உண்டாக"
என்று எழுதப்பட்டிருக்கும்.

இந்தப் பாடல் முழுக்க வயலின், கிடார், புல்லாங்குழல், சந்தூர் உள்ளிட்ட இசைக்கருவிகள் பயன்படுத்தியிருந்தாலும், பாடல் முழுவதும் ராஜநடைபோடும் ட்ரிபுள் காங்கோ, பேங்கோஸ், ட்ரம்ஸ், தாளக்கருவிகளின் கூட்டணி இந்த பாடலை நமக்கு நெருக்கமாகிவிடும்.

குறிப்பாக, இரண்டாவது இடையிசையில், வயலின்கள், கிடார், புல்லாங்குழல், சந்தூரின் இசையால் நம் மனங்களை ஆக்கிரமித்திருப்பார் இளையராஜா. இந்த இசைக்கருவிகள் நிசப்தமிக்கும் இடத்தில் ஜானகியின், குரலில் வரும் ஹம்மிங் நம் மனங்களை வாரிச்சுருட்டிக் கொள்ளும். இப்படியாக இந்தப் பாடல் முழுவதும், பொங்கிப் பிரவாகமெடுக்கும் இசை அற்புதங்களை நிகழ்த்தி நம்மை மூழ்கடித்திருப்பார் இளையராஜா.

5

துள்ளி எழுந்தது பாட்டு

வதைக்கும் காமன் கணை!

கனத்த மவுனங்களும் மென் சோகங்களும் எளிதில் தேற்றமுடியாதவை. அத்தகைய மெல்லிய உணர்வுகளை ஆற்றும் மகத்துவத்தை ஆய்ந்து தேர்ந்தவர் இளையராஜா. அதனால்தான் அவரது இசையும், பாடலும் ஆன்மாவுக்கு மிக நெருக்கத்தில் இருக்கிறது. மனிதர்களின் மென் சோகத்தைக் குணப்படுத்த அவருக்கு கம்பிக் கருவிகளும், காற்றுக் கருவிகளும் போதுமானதாக இருக்கிறது.

1985-ம் ஆண்டு வெளிவந்த "கீதாஞ்சலி" திரைப்படத்தை இளையராஜாவின் தயாரிப்பு நிறுவனம் தயாரிக்க, இயக்குநர் கே.ரங்கராஜ் இயக்கியிருப்பார். படத்தின் பாடல்களை கவிஞர்கள் வாலியும் வைரமுத்துவும் எழுதியிருப்பர். 'துள்ளி எழுந்தது பாட்டு' பாடலை ராஜாவின் ஆஸ்தான கவிஞர் வாலி எழுதியிருப்பார்.

இருள் கவிந்த அறைகளில், யாருமற்ற தனிமைகளில் இந்த பாடல் எத்தனையோ முறை பலருக்கு ஆறுதல் அளித்திருக்கும். பாடலின் தொடக்கத்தில் சில விநாடிகள் மனதை வருடும் அந்த கிடார் இசை புனிதங்களுக்கு ஒப்பானது. தொண்டைக் குழிக்குள் தொக்கி நின்று, யாரிடமாவது கொட்டித் தீர்க்க வேண்டியிருக்கும் ஒட்டுமொத்த துக்கத்தையும் அந்த சில விநாடி கிடாரின் ஸ்ட்ரிங்ஸில் டீல் செய்திருப்பார்

ராகதேவன். சுருக்கிடப்பட்ட இதயத்தின் மேல் அமர்ந்த பட்டாம்பூச்சி ஒன்று, இதயத்துடிப்புக்கு இணையாக அதன் சிறகை விரித்துமூடிடும் உணர்வைக் கொடுக்கும் அந்த கிடார் இசை தரும் சுகத்தை விவரிக்க இயலாது.

அந்த கிடார் இசையின் மயக்கத்தில் கிறங்கிக் கிடக்கும் மனதை, தொடக்கத்தில் சித்ரா பாடினாலும், துள்ளி எழுந்தது பாட்டு, என வரும் இளையராஜாவின் குரல்தான் மீட்டுக் கொண்டுவரும். அந்த குரல், சலனமற்ற தெளிந்த நீரோடைப் போல் மனதை இதமாக்கி, கண்களை ஈரமாக்கும்.

பாடலின் முதல் மற்றும் இரண்டாவது சரணங்கள்,

"குயிலே ஒரு வானம்பாடி உனக்காக கூவுது
அழகே புது ஆசை வெள்ளம் அணை தாண்டி தாவுது
மலரே தினம் மாலை நேரம் மனம் தானே நோவுது
மாலை முதல்...
மாலை முதல் காலை வரை
சொன்னால் என்ன காதல் கதை?
காமன் கணை எனை வதைக்குது

அடியே ஒரு தூக்கம் போட்டு நெடு நாள் தான் ஆனது
கிளியே பசும்பாலும் தேனும் வெறுப்பாகிப் போனது
நிலவே பகல் நேரம் போலே நெருப்பாகக் காயுது
நான் தேடிடும்...
நான் தேடிடும் ராசாத்தியே
நீ போவதா ஏமாத்தியே?
வா வா கண்ணே இதோ அழைக்கிறேன்" என்று எழுதப்பட்டிருக்கும்.

முதல் மற்றும் இரண்டாவது சரணங்களில் வரும் இந்த இடங்களைத் பாடும்போது,

"மாலை முதல்...
மாலை முதல் காலை வரை"

"நான் தேடிடும்...
நான் தேடிடும் ராசாத்தியே"

இந்த வரிகளை இசைஞானி நீட்டித்து பாடியிருப்பார். ஒவ்வொரு முறை இந்த இடம் வரும்போதெல்லாம், நம்மையும் அறியாமல், தலை சொக்கும். அதுதான் ராஜா.

முதல் சரணத்தின் இடையிசையில், கிடார், புல்லாங்குழல், தபேலா இதுமட்டும்தான். ட்யூன் செய்யப்பட்ட கிடாரின் தும்பியொன்று நடைபழகினால் எப்படியிருக்குமோ, அவ்வளவு மிருதுவாகத்தான் அந்த கிடார் இசையிருக்கும். அதுக்கு இணையாக, கொஞ்சமும் அடர்த்திக் கூடிராத வகையில், புல்லாங்குழல் மெலிதாக இசைக்கப்பட்டிருக்கும். அதுமுடியும்போது, இருமுறை வரும் அந்த கிடார் கார்ட்ஸ், மூலம் மெஸ்மரைஸ் செய்திருப்பார் மேஸ்ட்ரோ.

அதேபோல், இரண்டாவது சரணத்துக்கு முன்வரும் இடையிசையில், கிடார்தான் பிரதானம். மற்ற இசையமைப்பாளர்களின் இசையில் எல்லாம் இசைக்க மட்டுமே செய்யும் கிடார்கள், ராஜாவின் இசையில் மட்டும்தான் நம்முடன் பேசும். சில நேரங்களில் நம்மை மயக்கும். இசைஞானி இளையராஜா, ஜி.கே.வெங்கடேஷிடம் உதவியாளராக இருந்தபோது, கிடார் இசைக் கலைஞராக பல படங்களில் வாசித்திருக்கிறார்.

யாருடைய ஆழ்மனது சோகங்களையும் குணப்படுத்த இளையராஜாவுக்கு ஒற்றை கிடார், ஒற்றை வயலின், தபேலாவின் தாளநடை மட்டும் போதுமானதாக இருக்கிறது. குறைவான இசைக் கருவிகளை மட்டும் பயன்படுத்தி, நமது அனைத்து விதமான மன இறுக்கங்களில் இருந்தும் விடுதலை அளிக்கிறது அவரது இசை.

6

அடி ஆத்தாடி...

நம் மனம் முழுக்க வீசும் அலை!

இயற்கைப் பெருங்கொடையின் பேரழகைக் கொண்டது கடல். கரையும், பிரிந்துபோன காதலர்களின் கண்ணீர்தான், கடல்நீரில் கரித்துக் கிடக்கிறது. ஈரமணலில் சிக்குண்ட பாதங்களின் சுவடுகள், உப்புக்காற்றின் அடர்த்தியைக் கூட்டி கனமாக்கியிருக்கிறது. என்றோ விட்டுச் சென்றவர்களின் தாழாத துக்கத்தின் இசையைத்தான், கடலைத் தாண்டி வெகுதூரம் வந்துவிட்டப் பிறகும், அலையின் ஓசையாகி ஓயாமல் கேட்டுக் கொண்டிருக்கிறது.

இயக்குநர் பாரதிராஜாவின் இயக்கத்தில் 1986-ம் ஆண்டு வெளிவந்த 'கடலோர கவிதைகள்' படத்தில் இடம்பெற்ற 'அடி ஆத்தாடி இளமனசு ஒண்ணு' பாடலும் அப்படித்தான். ஒவ்வொரு முறை கேட்கும்போதும், ஆழக்கடலின் நீள அகலங்களுக்கு ஏற்ப நம் மனங்களை அலையாடச் செய்திருக்கும்.

"அடி ஆத்தாடி" என்று ஜானகி அம்மா பாடத் தொடங்கும்போது... ஃப்ரேமில் இருந்து வெளியேவரும் கேமரா வீட்டின் மேல் பறக்கும் புறாக்களோடு சேர்ந்தபடியே நாமும் சிறகடிக்கும்படி திரையில் வரும் காட்சி விரியும். அந்த கணத்தில் வரும் தொடக்கயிசை, கீபோர்டின் சிந்ததைஸர் வயலின் வைத்தே ஆரம்பிக்கப்பட்டிருக்கும்.

புல்லாங்குழலையும், வயலினையும் இணைத்து குழைத்ததுப் போலவரும் அதை கேட்கும்போது, கண்ணில்படும் தூரம் வரை பரந்து கிடக்கும் நீலக் கடலின் மேல் தாழப்பறக்கும் வெள்ளை நாரைக் கூட்டத்தோடு நம்மையும் பறக்கச் செய்திருக்கும்.

மனசுக்குள் காதல் வந்த கணத்தில், உருவாகும் இனம்புரியாத உணர்வை சுமந்தபடி காடுகரையெங்கும் ஓடித்திரியும் கால்களை விவரிப்பதற்கு அதைவிட சிறப்பானது ஏதுமில்லை.

தொடர்ந்து வரும் பல்லவியை ஜானகி அம்மா தொடர, அந்தரத்தில் எடையிழந்த உடலுடன், இறகைப்போல நாம் மிதந்து கொண்டிருக்கும்போது, "உயிரோடு உறவாடும்" என்று வரும் இசைஞானியின் குரல் வரும்போது, மனவெளியெங்கும் மாச்சர்யங்களால் பூச்சொரிய வைத்திருப்பார்.

முதல் சரணத்துக்கு முன்வரும் இடையிசையில், பேஸ் கிடார், கிடார், கீபோர்ட், புல்லாங்குழல் மற்றும் வயலின்கள் என இசைவலை விரித்திருப்பார் ராஜா. அந்த பேஸ் கிடார், கடற்கரை ஈர மணலில் இருந்து வெளிவரும் நண்டொன்று இங்குமிங்கும் ஓடுவதைப் போல, மனதுக்குள் ஓடிடும் சுகமே தனி. அதோடு சேரும் வயலின்களும், கீபோர்டும் காதல் மொழி பேசிக்கொள்ள, அடுத்து வரும் கிடார் அந்த உரையாடலை முடித்து வைத்திருக்கும்.

இரண்டாது சரணத்துக்கு முன் வரும் இடையிசை, மவுனத்துக்கும் சற்று குறைவான சத்தத்தில் இரு இசைக்கருவிகள் கொஞ்சிக் கொண்டிருக்க,

லலலலலலலலா என ஜானகி அம்மா ஒரு லெங்த்தான ஹம்மிங்கைத் தொடங்குவார். உச்சி வெயில் நேரத்தில், கோடி அருவி தலையில் கொட்டும் சுகத்தைக் கொடுத்திருக்கும். அப்புறம் ஒரு சின்ன போர்ஷனில் வயலின்கள், அதன்பிறகு, கீபோர்ட், கிடார் கார்ட்ஸ் என இரண்டாவது சரணத்துக்கு முன் வரும் இடையிசை மியூசிக்கல் ட்ரீட்தான்.

இப்படியாக, இந்த பாடல் முழுக்கவே, காதலும் காதல் சார்ந்த உணர்வுகளும் தான் விரவிக் கிடக்கும். உன்னதங்களின் உணர்வுப்பூர்வமான உரையாடலை மனதுக்குள் நிகழ்த்தியிருக்கும். ராஜாவின் இசையில், அவரது குரலில் இந்த பாடலை ஒவ்வொரு முறை கேட்கும்போதும், கடலுக்கு ஒருவேளை இசைக்கும் தன்மை இருந்திருந்தால், இப்படித்தான் பாடியிருக்குமோ, இசைத்திருக்குமோ என்று எண்ணத் தோன்றும்.

திரையிசைப் பாடல்கள், எத்தனையோ மாற்றங்களைக் கண்டுவிட்டது. ஆனால், காலங்கள் கடந்து ஒரு பாடல் இன்றளவும் ரசிக்கப்படுவதற்கு, அது வெறுமனே சிறந்த பாடலாக மட்டும் இருந்தால் போதாது. அது, பாடல் கேட்பவர்களுக்கு ஆத்மார்த்தமான ஒரு நெருக்கத்தைக் கொடுத்திருக்க வேண்டும். அப்படியான நெருக்கத்தைக் கொடுக்கும் பாடல்தான் இது.

வயலின், கிடார், புல்லாங்குழல், சைலம்ஃபோன், சாரங்கி, சிதார், தபேலா, மிருதங்கம், செனாய் உள்ளிட்டவை இன்றுவரை பயன்படுத்தப்படுகிறது. ஆனாலும், ஆனால் இளையராஜாவின் இசையில் வரும்போது மட்டும் அவை பாடல் கேட்பவர்களை ஏதோவொன்று செய்து கொண்டேயிருக்கிறது. அவை வெறும் இசைக்குறிப்புகளை இசைப்பதோடு நிறுத்திக் கொள்ளாமல், அன்பு, நேசம், பிரியம், காதல், நட்பு, இரக்கம், பாசம், பரிவு, பரிதவிப்பு, ஏக்கம், துக்கம், சோகம் என எல்லாவற்றையும் பரிமாறுகிறது. அதனால்தான், இந்தப்பாடல் இத்தனை ஆண்டுகளுக்குப் பிறகு கேட்டாலும், நம்மை ஏதோ செய்கிறது.

7

மன்றம் வந்த தென்றலுக்கு...
ஆழ்மனதை மயில் தோகை வருடும் சுகம்!

எத்தனை உக்கிரமாக இருந்தாலும் வெயிலை சமாளித்து தொடரும் நம் பயணங்கள், மழை கொட்டித் தீர்க்கும்போது அவ்வாறு செய்ய முடிவதில்லை. ஆனாலும், எல்லோரது விருப்பப் பட்டியல்களிலும் தவறாது இடம்பிடிப்பது மழை. உடல் நடுங்கச் செய்திடும் மழை எப்போதும் மனதை குளிர்விப்பவை. ராகதேவன் இளையராஜாவின் பாடல்களும், இந்த மழைப் போலத்தான், நம் மனங்களில் ஈரத்தை சொட்டிக் கொண்டேயிருக்கச் செய்பவை.

1986-ம் ஆண்டு இயக்குநர் மணிரத்னம் இயக்கத்தில் வெளிவந்த திரைப்படம் 'மௌன ராகம்'. இப்படத்தில் இடம்பெற்ற 'மன்றம் வந்த தென்றலுக்கு' பாடலும் அப்படித்தான், மழை ஓய்ந்த கணமொன்றில் எங்கோ தூரத்தில் கேட்பது போல் தொடங்கி நம் நெஞ்சோடு நெஞ்சாக ஒட்டிக் கொள்ளும் தன்மை கொண்டது. இளமைக் காலத்தின் இரவுகள் இந்தப்பாடல் இல்லாமல் சாத்தியமற்றது. ராஜாவின் இசையும், எஸ்பிபியின் குரலும் நம்மை அத்தனை இறுக்கமாக இப்பாடல் மூலம் கட்டியிழுக்கும்.

வெகுசில பாடல்களைக் கேட்கும்போதுதான் அகமும் புறமும் சேர்ந்து அமைதி கொள்ளும். அப்படியொரு பாடல் இது. மிகைப்படுத்தப்படாத

காட்சியமைப்புகள் இப் பாடலின் மற்றொரு பலம். அதனால்தான் நம் மனதில் இப்பாடல் பசுமரத்தாணிப் போல பதிந்து கிடக்கிறது.

ஆ..ஆ...ஆ...ஆஆஆஆஆஆஆஆ என்ற ஓப்பனிங் ஹம்மிங்கை தொடங்கும்போதே, எஸ்பிபி நம்மை ஆக்கிரமிக்கத் தொடங்கிவிடுவார். மயில் தோகையொன்றில் ஆழ்மனதை வருடும் சுகத்துக்கு இணையான ஓப்பனிங் அது. கீபோர்ட், கிடார் கார்ஸ், ஹை ஹேண்ட் என மெலிதான இசை பின்னணியில், “மன்றம் வந்த தென்றலுக்கு மஞ்சம் வர நெஞ்சமில்லையோ” என பாடலின் பல்லவியை எஸ்பிபி பாடுவதைக் கேட்கும் சுகத்துக்கு ஈடிணையேது. அற்புதங்களின் அதிசயத்தை அநாயசமாக்கியிருப்பார் இசைஞானி.

இளையராஜாவின் வெஸ்டர்ன் கிளாசிக்கல் மாஸ்டர் பீஸ்களில் இப்பாடல் இடம்பெறும். குறிப்பாக, மேற்கத்திய இசைக்கருவிகளான ட்ரெம்பெட், ட்ராம்போன், சாக்ஸோபோன், கிளாரிநெட், சுப்ரானோ சாக்ஸ், கீ புளூட் இதெல்லாம் ராஜா கைபட்டால், தென்றலாய் தாலாட்டிடும். அந்த வகையில், ராஜாவின் இசையில் இந்த இசைக்கருவிகளை பலரும் வாசித்திருந்தாலும், சாக்ஸோபோன் உள்ளிட்ட கருவிகளை இசைத்த சாக்ஸ் ராஜு, ட்ரெம்பட் இசைக் கலைஞர் மேக்ஸி என்றழைக்கப்படும் மேக்ஸ்வெல் குறிப்பிடத்தகுந்தவர்கள்.

முதல் சரணத்துக்கு முன்வரும் இடையிசை ட்ரெம்பெட்டில்தான் தொடங்கும். மனதுக்குப் பிடித்தவர்கள் மீதான அடக்க முடியாத பெருங்கோபம் பீறிட்டால் எப்படியிருக்கும்? என்பதன் மெலோடி வெர்சன் அந்த ட்ரெம்பெட் நோட்ஸ். மிக நிதானமாக, தனது தரப்பு

நியாயத்தையும், கோபத்தையும் குறைந்த நேரத்தில், கொட்டித் தீர்க்கும் தற்கால மழைபோல துவம்சம் செய்திருக்கும்.பின் கீ புளூட், கிடார், டிரம்ஸ் சமாதானப்படுத்த சற்றே ஓய்ந்திருந்த ட்ரெம்பெட், உடைந்து அழும் மனதின் ஓலத்தை இசைத்திருக்கும். அந்த அழுகையின் ஆழத்தை மிக தின்னமாக வரும் கீ புளூட் அதை வழிமொழிந்திருக்கும்.

அதேபோல், இரண்டாவது சரணத்துக்கு முன்வரும் இடையிசையில், கீ புளூட், ஸ்ட்ரிங்ஸ் செக்சன், ஹை ஹேண்ட்ஸ் என ஸ்வரம் பிடித்துக் கொண்டிருக்க, டாப் நோட்டில் வரும் ட்ரெம்பெட் போர்ஷன், மற்றவைகளின் ஸ்ருதியை எல்லாம் தனதாக்கிக் கொள்ளும். அங்கிருந்து பாடலின் இரண்டாவது சரணத்தைத் தொடங்கியிருப்பார் எஸ்பிபி. பாடல் முழுவதுமே, ட்ரம்ஸின் தாளநடை கேட்பவர்களை தன்னிச்சையாக தலையை அசைக்க செய்திருக்கும். அதைவிட இரண்டு சரணத்திலும், எஸ்பிபி ஒவ்வொரு வரியையும் பாடும்போது, ஓவர்லேப்ல ட்ரெம்பெட்டை பனி போல தூவியிருப்பார் மேஸ்ட்ரோ.

ராஜாவின் பாடல்களுக்கு ஆத்மாவைக் கொடுப்பது எஸ்பிபி-யின் குரல். ஏற்ற இறக்கங்களை எஸ்பிபி பாடும்போதெல்லாம், ஈசிஜி திரையில் தெரியும் மேல் கீழ் கோடுகளாய் நம் மனதையும் பயணிக்கச் செய்திருப்பார். ஆரம்பத்தில் மிருதுவாக தொடங்கும் எஸ்பிபியின் குரல், வலி மிகுந்த இடங்களைப் பாடும் போதெல்லாம் மனதை வலிக்கச் செய்திருப்பார். மண்ணைவிட்டு மறைந்தாலும், ராஜாவின் இசையில் அவர் பாடிய இந்தப்பாடல் ஒருபோதும் மரணிப்பதில்லை.

8

ராத்திரியில் பூத்திருக்கும்...

நெஞ்சினில் ஓடும் ஜீவநதி!

அங்காடித் தெருக்கள், வீட்டு முற்றங்கள், சாலையோர சிற்றுண்டி கடைகள், அலுவலக பால்கனிகள், கோயிலின் முட்டுச் சந்துகள், தெப்பங்குளங்களின் படிக்கட்டுக்கள், வகுப்பறைக் கதவிடுக்குள், கல்லூரி மைதானத்தின் மர நிழல்கள், திரையரங்கு இருட்டுகள், பேருந்தின் பின்னிருக்கைகள் என திரும்பும் பக்கமெல்லாம் நிரம்பிக் கிடக்கிறது காதல். காதல் செய்பவர்களின் கதைகள் வேறுவேறாக இருக்கலாம். காதலி குறித்த புகழ்ச்சி மட்டும் பொதுவானதாகவே இருக்கும்.

வர்ணிப்பது ஒரு கலை. அதுவும் காதலியின் அழகு குறித்து என்றால், எல்லா காதலனும் கவிஞராகவும், ஓவியராகவும் மாறிவிடுவது அதிசயம்தான். இதற்கான விதை சங்க காலத்திலேயே தூவப்பட்டுள்ளது. இலக்கியங்கள் தொடங்கி, சினிமா பாடல்கள் வரை பெரும்பாலானவை பெண் அழகு குறித்த விவரிப்புகளதான். அதிலும், திரைப்படப் பாடலாசிரியர்கள் பெண் குறித்து எழுதும்போதெல்லாம் நாணத்தால் தலைக்கவிழந்த பேனாக்கள் இதுவரை தலைநிமிரவே இல்லை எனலாம்.

அந்தவகையில், இந்தப் பாடலும் காதலி குறித்த விவரிப்புதான். கடந்த 1983-ம் ஆண்டு இயக்குநர் ஏ.ஜகந்நாதன் இயக்கத்தில் வெளிவந்த ‘தங்கமகன்’ திரைப்படத்தில் இடம்பெற்ற ‘ராத்திரியில் பூத்திருக்கும்

தாமரைதான் பெண்ணோ' பாடல்தான் அது. இந்தப் பாடலை மறைந்த கவிஞர் புலமைப்பித்தன் எழுதியிருப்பார். இரவு நேரங்களில், சில பூக்களைப் போலத்தான், ராஜாவின் கிடார், புல்லாங்குழல், வயலின்களும் கூட பூக்கின்றன.

பாடலின் தொடக்கத்தில் சிணுங்கும் கிடாரோடு, காதலியைத் தேடத் தொடங்கிவிடும் மனதை, பின்வரும் புல்லாங்குழலின் துணையோடு ஆரத்தழுவி அறுதல் அளித்திருப்பார் இளையராஜா. பின்னர் வயலின்களின் துணைக் கொண்டு அதற்றித் தேற்றும்போது, பாடல் வரிகளைக் கேட்கத் தொடங்கும் மனது இலகுவாகிவிடும்.

"ராத்திரியில் பூத்திருக்கும்
தாமரைதான் பெண்ணோ
ராஜசுகம் தேடி வரத்
தூது விடும் கண்ணோ
சேலைச் சோலையே
பருவ சுகம் தேடும் மாலையே
வீணையெனும் மேனியிலே
தந்தியினை மீட்டும்

கை விரலில் ஒரு வேகம்
கண்ணசைவில் ஒரு பாவம்
வானுலகே பூமியிலே
வந்தது போல் காட்டும்
வானுலகே பூமியிலே
வந்தது போல் காட்டும்
ஜீவ நதி நெஞ்சினிலே
ஆடும் ஓடும்
மோதும் புதிய அனுபவம்
மாங்கனிகள் தொட்டிலிலே
தூங்குதடி அங்கே
மன்னவனின் பசியாற
மாலையிலே பரிமாற
வாழையிலை நீர் தெளித்து
போடடி என் கண்ணே
வாழையிலை நீர் தெளித்து
போடடி என் கண்ணே
நாதசுரம் ஊதும் வரை
நெஞ்சம் இன்னும் கொஞ்சம்
பொறுமை அவசியம்"

என்று பாடலில் தனக்கு கிடைத்த இடங்களிலெல்லாம் மெருகேற்றியிருப்பார் கவிஞர் புலமைப்பித்தன்.

பாடலின் முதல் சரணத்துக்கு முன், காதலன் காதலி பரிதவிப்பை, ஏக்கத்தை, அன்பை, வெளிப்படுத்தும் விதமாக வீணை,வயலின், கோரஸ், ட்ரம்ஸை வைத்து மனங்களை சுகமாக கனக்க வைக்கும் இளையராஜா, பின்வரும் புல்லாங்குழல் இசையால், அதே மனதை ஆற்றுப்படுத்தும் இடம் பேரானந்தத்தைக் கொடுத்திருக்கும்.

அதேபோலத்தான், இரண்டாவது சரணத்துக்கு முன்வரும் இடையிசையில், கிடார், வீணை, புல்லாங்குழல், கோரஸ், ஆகியவை பயன்படுத்தப்பட்டிருக்கும். கிடாரின் கேள்விகளுக்கு வீணை பதில் சொல்வது போலவும், புல்லாங்குழல் எழுப்பும் கேள்விக்கு கோரஸ் பதில் கூறுவதுபோலவும் இசையமைப்பது எல்லாம் ராகதேவனுக்கு மட்டுமே சாத்தியம்.

ராஜாவின் வருகைக்கு முன்புவரை, பாடலின் வரிகள் கூர்ந்து கவனிக்கப்பட்டது. பின்வரும் இசைக்கோர்ப்புகள் சிறந்ததாக இருந்தாலும்,

அந்த பாடலின் மெட்டும், வரிகளும் மக்களை கட்டிப்போட்டிருந்தது. இசைஞானி இளையராஜாவின் வருகைக்கு பின்னர்தான், பாடல் வரிகளைத் தாண்டி, அந்தப் பாடலில் வரும் இடையிசைகளில் வரும் இசைக்கருவிகள் எழுப்பும் நாதங்களின் ஓசையையும் சேர்த்தே மக்கள் ரசிக்கத் தொடங்கினர். அதனால்தான், அவரது பாடல்களை பாடி மகிழும் அனைவருக்கும், அந்த பாட்டில் வரும் இடையிசைகளையும் பாடல் போலவே மறக்காமல் பாடுவார்கள். நினைக்கும் போதெல்லாம் மனதுக்குள் பூக்களைப் பூக்கச் செய்யும் ஆற்றலைக் கொண்டது ராஜாவின் இசை...

9

காதல் என்பது பொது உடமை...

திக்கித் திணறும் மனசுக்கான மீட்பிசை!

வண்ணங்கள் எப்போதும் மனதுக்கு நெருக்கமாக இருப்பவை. மலைகள், மரங்கள், புற்கள், பூக்கள், வானம், நிலா, மேகம் என இதில் எதைப்பற்றி பேசினாலும், மனக்கண்ணில் இவைகளின் நிறங்கள்தான் முதலில் நினைவுக்கு வரும். அதுபோலத்தான் மனது என்ற சொல்லாடலும். அச்சொல்லைக் கேட்கும்போதெல்லாம், அறிவியல் உலகத்துக்கே பெரும் சவாலான மனதில், காதல் குடிகொள்ளும் ரகசியத்தை அறிந்துகொள்ளும் ஆவல்தான் பலருக்கு நினைவுக்கு வரும்.

மனங்களைப் பற்றிப் படரும் காதலை வேர் பரப்பச் செய்வதில் இளையராஜாவின் இசைக்கும், அவரது குரலில் வெளிவந்த பாடல்களுக்கும் தனியிடம் உண்டு. சுகமான வலி கொண்ட காதலின் மென் சோகங்களை பலரும் பாடித்தான் தீர்த்திருப்பா.குறைந்தபட்சம்

அப்படிபாடித் திரியும் நண்பர்களாவது நிச்சயம் வாய்த்திருப்பர்.

காதல் உயிரினங்களின் அனிச்சை. பாகுபாடின்றி உயிரினங்களுக்கு கிடைக்கும் அற்புதமான உணர்வு பரிமாற்றம். பெரும் கட்டுப்பாடுகள் கடந்து வீட்டின், கதவு ஜன்னல்களை அடித்து சாத்தும் காற்றைப் போன்ற ஆற்றலைக் கொண்டது காதல். மனதின் பாரங்களை மேலும்

கனமாக்குவதில் காதலுக்கு நிகர் வேறு எதுவுமில்லை. இதுபோன்ற நேரங்களில் மருந்து, மாத்திரைகளைக் கொண்டு குணமாக்க முடியாத துயரின் துருக்களை இசைஞானியின் பாடல்கள் துடைத்தெரியும்.

அப்படி ஒரு பாடல்தான் இந்த "காதல் என்பது பொதுவுடமை" பாடல். 1986-ம் ஆண்டு இயக்குநர் மணிவண்ணன் இயக்கத்தில் வெளிவந்த 'பாலைவன ரோஜாக்கள்' திரைப்படத்தில் இடம்பெற்ற பாடல். பாடலை இசைஞானியின் சகோதரர் கங்கை அமரன் எழுத இளையராஜா பாடியிருப்பார். இரவு நேரத்தில் இந்தப் பாடலை கேட்பது இனிமையான அனுபவமாக இருக்கும். காதல் இல்லாத சோகமான மனங்களையும் இந்தப் பாடல் ஈரமாக்கிவிடும்.

பாடலின் தொடக்கத்தில் ஆ.ஆ.ஆ.ஆ. என்று ராஜாவின் குரலில் வரும் ஆலாபனையை, ஆமோதிக்கும் சிறு குருவியொன்றின் அலகு அதிருவது போல லேசாக பின்தொடரும் புல்லாங்குழல். இதற்கு இணையாக வரும் அந்த தாள இசை, தாழிட்டுக் கொண்டிருக்கும் மனதின் சோகத்தை தட்டித்தட்டி எழுப்பியிருக்கும்.

"காதல் என்பது பொது உடமை
கஷ்டம் மட்டும்தானே தனி உடமை
அப்பனும் ஆத்தாளும் சேராம போனா

நீயும்தான் பொறக்க முடியுமா
இத எப்போதும் நீயும்தான் மறுக்க முடியுமா" என்று எழுதியிருப்பார்.

முதல் மற்றும் இரண்டாவது சரணங்களை,

"ஆசை மட்டும் இல்லாத ஆளேது கூறு
அந்த வழி போகாத ஆள் இங்கு யாரு
புத்தனும் போன பாதைதான்
பொம்பள என்னும் போதைதான்
அந்த வேகம் வந்திடும் போது
ஒரு வேலி என்பது ஏது
இது நாளும் நாளும் தாகம்தான்
உண்மைய எண்ணி பாரடா
இது இல்லாட்டா உலகம் இங்கே ஏதடா
ஆசை ஒரு நீரோட்டம் நில்லாம ஓடும்
உள்ளுக்குள்ள ஏதேதோ சங்கீதம் பாடும்
ஒண்ணாக கலந்த உறவுதான்
எந்நாளும் இன்பம் வரவுதான்
இது காதல் என்கிற கனவு
தினம் காண எண்ணுற மனசு
இத சேரத் துடிக்கும் வயசுதான்
வாழ்க்கையே கொஞ்ச காலம்தான்
இந்த வாழ்க்கைல வாலிபம் கொஞ்ச நேரம்தான்"
என்று பாடலை முடித்திருப்பார்.

முதல் சரணத்துக்கு முன்வரும் இடையிசை புல்லாங்குழலில் ஆரம்பிக்கும். பிறகு, கீபோர்டின் டூனிங் கீயுடன் சேர்ந்து இரண்டும் ஒருசேர சென்றுகொண்டிருக்க, அந்த இடத்தில் வரும் அந்த செனாய் இசைதான், படத்தில் வரும் நாயகன், நாயகிக்கும், பாடலைக் கேட்கும் நமக்கும் மனதை கீறி நடந்ததையெல்லாம் நினைவுக்கும் கொண்டுவரும்.

இரண்டாவது சரணத்துக்கு முன் வரும் இடையிசையிலும் கூட, மிக எளிமையான இசைக்கருவிகளையும், தாளக் கருவிகளையும் ஆறாத காயங்களுக்கு எல்லாம் மருந்துபூசியிருப்பார் இளையராஜா. கிடார், கீபோர்ட் கார்ட்ஸ் முடியும் இடத்தில் இருந்து தனக்கே உரிய பாணியில் இரண்டாவது சரணத்தை தொடங்கியிருப்பார் ராஜா.

மிக எளிமையான இசைக்கருவிகளின் சேர்க்கை, தாளநடை எல்லாம் சேர்ந்து இந்தப் பாடலை கேட்கும்போதெல்லாம் அடுக்கப்பட்ட

மூட்டைகளின் கீழ் திக்கித் திணறிக் கொண்டிருக்கும் மனசை லாவகமாக மீட்டு லேசாக்கி காற்றில் பறக்கச் செய்யும் வல்லமை ராஜாவின் குரலில் வரும் இந்தப் பாடலுக்கு எப்போதும் இருக்கும். இந்தப் பாடலின் இடையிடையே, வித்தியாசமான சில தாள இசைகள் கேட்கும். அவையெல்லாம் ராஜாவின் இசைக்குழுவில் நீண்ட நாட்களாக இருந்து வரும் ஜெய்சா என்ற ஜெயச்சந்திரன் என்பவரின் கைவண்ணம்தான். அவர் இளையராஜாவின் இசைக்குழுவில் நீண்ட காலமாக, டைமிங், டேம்ரின், தாளக்கருவிகள், பெல்ஸ், கடசிங்காரி என பல்வேறு இசைக்கருவிகளை இசைத்து வருகிறார்.

10

காதலின் தீபம் ஒன்று...
மனதை லேசாகக் கீறியதால் கிட்டும் வலியும் சுகமும்

உயிரினங்களின் இயல்பான சுவாசத்தை இரட்டிப்பாக்குகிறது காதல். சீரான இதய ஓட்டத்தை டாப் கியருக்கு மாற்றி தாறுமாறாகிறது. மனதுக்குள் காதல் வந்துவிட்ட அந்த தருணத்தை, கொண்டாடித் தீர்ப்பதற்கு உலக பண்டிகைகள் போதுமானதாக இருப்பதில்லை. வெளியே சொல்ல முடியாத பயத்தையும், நினைக்கும் போதெல்லாம் மனதுக்குள் மகிழ்ச்சியையும் கொடுக்கும் அந்த இதமான அவஸ்தைதான் காதல்.

பனிக்காலத்து சிறுபுல்லின் நுனிதங்கிய பனித்துளி போலத்தான் காதலும், அதுசார்ந்த நினைவுகளும். காதலர்களுக்கு மட்டுமே சொந்தமான அந்த பெருவெளியெங்கும் நிரம்பிக் கிடப்பது ராஜாவின் இசையும், பாடல்களும்தான்.

யாரென்றே தெரியாத மனிதர்களுக்குள் ஏற்படும் ஹார்மோன் சுரப்புகளை தனது ஆர்மோனியத்தால் ஆற்றுப்படுத்துவது அவரது இசைதான். தமிழ் சினிமாவின் தலைசிறந்த நூறு, ஆயிரம், பத்தாயிரம், லட்சம், மில்லியன் என எந்த எண்ணிக்கையில் காதல் பாடல்களை வரிசைப்படுத்தினாலும், இந்தப் பாடலை தவிர்க்கவே முடியாது. இது காதலர்களாக இருப்பவர்கள், இருந்தவர்கள், இருக்க நினைத்தவர்கள், துளியூண்டு காதல் துளிர்த்தவர்கள், பிரிந்தவர்கள், மறந்தவர்கள்,

மறைந்தவர்களென அனைத்து காதலர்களுக்குமான தேசிய கீதம், இதுதான்.

1984-ம் ஆண்டு இயக்குநர் ராஜசேகர் இயக்கத்தில் வெளிவந்த 'தம்பிக்கு எந்த ஊரு' திரைப்படத்தில் இடம்பெற்ற 'காதலின் தீபம் ஒன்று' பாடல்தான் அது. ஹெர்னியா அறுவை சிகிச்சையால் வாய்பேச முடியாமல் இருந்த இளையராஜா, விசில் சத்தம் மூலம் எஸ்பிபிக்கு பாடலையும், குழுவினருக்கு இசை குறிப்புகளையும் சொல்லிக் கொடுத்து, உருவாக்கப்பட்டதுதான் இந்தப் பாடல். பாடலை ஐயா பஞ்சு அருணாச்சலம் எழுதியிருப்பார்.

இந்தப் பாடலின் தொடக்கத்தை ஆஹா ஆஹா ஆஹா... ஹே... ஹோ... ஹ்ம்ம்ம் என்று எஸ்பிபி தொடங்கியிருப்பார். அடுத்த விநாடியில் சீறிப்பாயும் வயலின்களின் ஈர்ப்பிசை, பாடலைக் கேட்கும் எல்லோருக்கும் ஒருகனம் இதுதான் காதல் உணர்வு என்பதை புரிய வைத்துவிடும்.

இந்த பாடலின் ஹம்மிங் 3/ 4 பீட்ல ஆரம்பித்து, பாடலை 2/ 4 பீட்ல செய்திருப்பார் இசைஞானி. அதாவது ஹம்மிங் டைம் சிக்னேச்சர் 123,123,123 என்ற கவுன்டில் போகும். ஆனால், பாட்டு 12,12,12 என்ற கவுன்டில் அமைத்திருப்பார். இதையே ரிவர்ஸ் மோடில், ஹம்மிங்கை

2/ 4 பீட்டிலும், பாடலை 3/ 4 பீட்லயும் அமைத்திருப்பார் இளையராஜா. அது நினைவெல்லாம் நித்யா படத்தில் வரும் ரோஜாவைத் தாலாட்டும் தென்றல் பாடல்.

"காதலின் தீபம் ஒன்று
ஏற்றினாலே என் நெஞ்சில்
ஊடலில் வந்த சொந்தம்
கூடலில் கண்ட இன்பம்
மயக்கம் என்ன
காதல் வாழ்க",

என்று பாடலின் பல்லவி எழுதப்பட்டிருக்கும். இதில், **"மயக்கம் என்ன"**, **"காதல் வாழ்க"** என்ற இடங்களை எஸ்பிபி பாடும்போதெல்லாம், பாடல் கேட்பவர்களை எல்லாம், ரஜினியாக மாற்றும் விந்தை, இசைஞானி இளையராஜாவின் இசைக்கு மட்டுமே சாத்தியமானது.

அழகிய தைல மரக்காடுகளில் உயர்ந்து நிற்கும் மரங்களும், நீல வானின் திட்டுத் திட்டான மேக கூட்டங்களும், ஆளரவமற்ற நீர்வீழ்ச்சியில் கொட்டிக் கொண்டிருக்கும் வெண்தங்க நீரின் பின்னணியிலும் கருப்பு வெள்ளை கலந்த உடையில் ரஜினி பாடுவது போல இந்தப் பாடல் காட்சிப்படுத்தப்பட்டிருக்கும். ஆனால், பாடலைக் கேட்டுக் கொண்டிருக்கும் நமக்கு காதலின் வலியும் சுகமும் பச்சை மரத்தில் கூர்மையான பொருள் கொண்டு வரையப்பட்ட, இதயத்தின் வரைபடம் ஒன்றை மனதில் மாட்டச் செய்திருக்கும். அதுவும் பாடலின் முதல் மற்றும் இரண்டாவது பின்னிசைகளில் வரும் வயலின், புல்லாங்குழல், கிடார், கீபோர்டு, பெல்ஸ் எல்லாம் சேர்ந்து, அவஸ்தைக்குள்ளான ஆழ்மனதின் கதகதப்பில் காதல் குளிர் காய செய்திருக்கும்.

பாடலின் முதல் மற்றும் இரண்டாவது சரணங்களை,

"நேற்று போல் இன்று இல்லை
இன்று போல் நாளை இல்லை
அன்பிலே வாழும் நெஞ்சில்..ஆ ஆ..
அன்பிலே வாழும் நெஞ்சில்
ஆயிரம் பாடலே
ஒன்றுதான் எண்ணம் என்றால்
உறவுதான் காதலே
எண்ணம் யாவும்
சொல்ல வா

என்னை நான் தேடித் தேடி
உன்னிடம் கண்டு கொண்டேன்
பொன்னிலே பூவை அள்ளும்...ஆ..ஆ..
பொன்னிலே பூவை அள்ளும்
புன்னகை மின்னுதே
கண்ணிலே காந்தம் வைத்த
கவிதையைப் பாடுதே
அன்பே இன்பம்
சொல்ல வா", என்று எழுதப்பட்டிருக்கும்.

முதல் சரணத்துக்கு முன் வரும் இடையிசையை வயலின் குடும்பம் ஆட்சி செய்திருக்கும். இந்த குடும்பத்தில் வயலின், வயலோ, செல்லோ அப்புறம் டபுள் பேஸ். ராஜாவின் ராஜ வைத்திய இசைக்கருவிகள் இவை. ஸ்ட்ரிங்ஸ் செக்சனுக்கு நோட்ஸ் எழுத வேண்டும் என்றால், இந்த மூன்று இசைக்கருவிகளுக்கும் தனித்தனியாக எழுத வேண்டியிருக்கும். இசை மந்திரவாதி இளையராஜா, இப்பாட்டில் இந்த வயலின்களை பாவித்திருக்கும் விதம் உண்மையான காதலைவிட அழகானதாக இருக்கும்.

காதல் வந்த தருணத்தில், மனசுக்குள் ராட்டினம் சுற்றும். காதல் நினைவுகளால், உடல் ஜில்லிடும், கண்கள் சிரிக்கும், வாய் மவுனிக்கும். விழித்திருக்கும் போதே கனவு வருவதும் அப்போதுதான். இந்த உணர்வுகளைத்தான், பாடலின் முதல் சரணத்துக்கு முன் வரும் வயலின்களும், புல்லாங்குழலும், கிடாரும், கீபோர்டும், பெல்ஸும் செய்திருக்கும்.

இரண்டாம் சரணத்துக்கு முன் வரும் இசையை, கிடாரில் தொடங்கும். எங்கே இருக்கிறாய்? ஏன் இவ்வளவு நேரம்? எப்போது வருவாய்? ஏன் என்கிட்ட சொல்லல? இனிமேல் என்கூட பேசாதே? எத்தனை முறை சொல்லியிருக்கிறே? இப்படி காதலியோ, காதலனோ கேட்கும் கேட்கும் கேள்விக்கு பதில் கூறுவதுபோலத்தான், கிடார் கேட்க கேட்க வயலின்கள் பதில் சொல்லியிருககும். ஒருகட்டத்தில், சண்டை மறந்து காதலர்கள் சங்கமிப்பது போலத்தான், இரண்டாவது சரணத்துக்கு முன்வரும் இடையிசையில் கிடாரும், வயலின்களும் மாறிமாறி கொஞ்சிப்பேசியிருக்கும்.

காதல் வாய்க்கப்பெற்ற எல்லா மனங்களிலும் ஏதோ ஓர் இடத்தில் அழுந்திக் கொண்டிருக்கும் அழகிய அவஸ்தை தான் இசைஞானியின் காதலின் தீபம் ஒன்று பாடல்...

11

அம்மானா சும்மா இல்லடா

என்றும் மறவாத முந்தானைச் சேலையின் வாசம்

அம்மாவின் ஞாபகங்கள் வரும்போதெல்லாம் மறக்காமல் நினைவுக்கு வருவது இளையராஜாவின் பாடல்கள்தான். நிபந்தனையற்ற அன்பை முடிந்திருக்கும் அம்மாவின் சேலை முந்தானை வாசத்தைப் போலத்தான், ராஜாவின் 'அம்மா' பாடல்களும். தலைகோதும் விரல்களும்,தலை துவட்டும் புடவையும், உறங்க வைத்திடும் மடியுமாய் அம்மாவின் நினைவுகள் எப்போதும் நிலைத்திருப்பவை. அம்மாவின் நினைவை கனம்தோறும் சுமக்க செய்தவர் ராகதேவன்.

அவரது அம்மா பாடல்கள் தனித்துவம் மிக்கவை. ஏதோவொரு படத்தில் வரும் கதைக்கு ஏற்றபடி, யாரோ ஒரு நடிகர் அந்த தாயை நினைத்து அதை பாடினாலும், பாடலைக் கேட்கும் அத்தனை பேரின் அம்மாவுக்கும் அது பொருந்தும்.

அப்படியொரு பாடல்தான், 1989-ம் ஆண்டு இயக்குநர் கலைவாணன் கண்ணதாசன் இயக்கத்தில் வெளிவந்த 'திருப்புமுனை' திரைப்படத்தில் இடம்பெற்ற 'அம்மானா சும்மா இல்லடா' பாடல்.

இந்தப் பாடலை ஞானியாரே எழுதியிருப்பார். அம்மாவுக்கான மகனின் தாலாட்டு போலத்தான் இந்தப் பாடல் எழுதப்பட்டிருக்கும்.

அந்த பாடல் வரிகளையும், அதில் பொதிந்துக் கிடக்கும் அம்மா மீதான பாசத்தின் அடர்த்தியையும், ராஜாவின் குரலில் கேட்ட மாத்திரத்தில், நமக்கு அம்மாவின் நினைப்பைக் கொண்டு வந்துவிடும்.

துளியும் கலப்படமற்ற அன்பை சுரக்கும் அம்மா பாடல்களை,ஆகச்சிறந்த இசை நுட்பங்களின் வல்லவரான இளையராஜா மிகவும் எளிமையாக அமைத்திருப்பார். அதுதான், அப்பாடல்களைக் கேட்பவர்களிடம் வெகு ஆழமாக சென்றடைந்திருக்கிறது. அவை வானத்தில் இருந்து வரும் மழை போல, பாகுபாடின்றி, அனைத்து வகையான அம்மாவுக்குப் பொருந்தியும் போகிறது. அம்மா குறித்த ராஜாவின் அனுபவங்களும், எழுத்துகளும் உன்னதமானவை.

பாடல் கேட்பவர்களின் மனதை உலுக்கும் மாயங்களைச் செய்யும் மந்திரக்காரர் ராஜா. அதனால் தான் அவரது பெரும்பாலான சோகப் பாடல்கள் நம் மனதைவிட்டு அகல மறுக்கிறது. அது திரைப்படத்தில் நடித்த அம்மாவுக்கான பாடலாக இருந்தாலும்கூட, அப்பாடலைக் கேட்பவர்களுக்கு, அவர்களது அம்மாவின் ஞாபகங்களை நினைவுக்கு கொண்டு வருகிறது. ஒற்றை வயலின் இசையோடுதான், இந்த பாடலின் தொடக்க இசையை ராஜா அமைத்திருப்பார். அது முடியும் இடத்தில் சில பெல்ஸ் இசையை சேர்த்திருப்பார்.

“அம்மானா சும்மா
இல்லடா ஆ
அவ இல்லேனா
யாரும் இல்லடா ஆ

> தங்கம் கொண்ட பூமி பூமி
> ஒன்ன தாங்கிக் கொண்ட சாமி சாமி
> பெத்தவள மறந்தா
> அவன் செத்தவனே தான்டா
> அந்த உத்தமிய நெனச்சா
> அவன் உத்தமனே தான்டா..."

என்று முதல் சரணத்தை எழுதியிருப்பார். இந்த 6 வரிக்குள்ளே ராஜா ஒரு வேலையை செய்திருப்பார். "தங்கம் கொண்ட பூமி பூமி", என்ற வரி முடிந்து, "ஒன்ன தாங்கிக் கொண்ட சாமி சாமி" என்று ராஜா பாடி முடித்தப் பிறகு, ஓவர் லேப்ல ஒரு சின்ன புல்லாங்குழல் பிட் வரும். அந்த இடம்தான் இந்தப்பாடலின் மிக ரசனைக்குரிய இடம். மேஸ்ட்ரோவின் மாஸ்டர் ஸ்ட்ரோக் அந்த இடம்.

புல்லாங்குழல் இசை கலைஞர் நெப்போலியன் என்ற அருண்மொழிதான் இப்பாடலுக்கு புல்லாங்குழல் இசைத்தவர்.

பாடலின் முதல் மற்றும் இரண்டாவது சரணங்கள்,

> "நல்ல பேர நீ எடுத்தா
> அப்பனுக்கு சந்தோஷம்
> நாலு காச நீ கொடுத்தா
> அண்ணனுக்கும் சந்தோஷம்
>
> போற வழி போக விட்டா
> புள்ளைக்கெல்லாம் சந்தோஷம்
> வாரதெல்லாம் வாரித் தந்தா
> ஊருக்கெல்லாம் சந்தோஷம்
>
> நெஞ்சு நெகிழ்ந்து
> மந்திரம் சொன்னா
> வந்திருந்துதான்
> தெய்வம் மகிழும்
> ஒண்ணக் கொடுத்து
> ஒண்ணு வாங்குனா
> அன்பு என்னடா
> பண்பு என்னடா...
>
> தந்தாலும் தராமப் போனாலும்
> தாங்கும் அவ கோவில் தான்டா..

இராவு பகல் கண் முழிச்சு
நாளும் உன்னப் பாத்திருப்பா
தாலாட்டு பாடி வெச்சு
தன் மடியில் தூங்க வைப்பா

புள்ளைங்கள தூங்க வெச்சு
கண்ணுறக்கம் தள்ளி வைப்பா
உள்ளத்துல உன்ன வெச்சு
ஊருக்கெல்லாம் சொல்லி வைப்பா

கொஞ்சம் பசிச்சா ஆ
நெஞ்சு கொதிக்கும்
தாயி போலத்தான்
நண்பன் அவனே
சாமி கிட்டத்தான்
ஒன்ன நெனச்சு
வேண்டி இருக்கும்
அன்பன் அவனே

அன்னையப் போல்
நண்பனும் உண்டு
தெய்வத்தப் போல்
அன்னையும் உண்டு" என எழுதியிருப்பார்.

முதல் மற்றும் இரண்டாவது சரணங்களில் வயலின், புல்லாங்குழல் தான் இடையிசையில் பயன்படுத்தப்பட்டிருக்கும். அந்த சோலோ வயலின் போர்ஷன் வரும் இடத்தில் எல்லாம், வலியின் சுகத்தை உணரமுடியும். அதேபோல, சரணத்தின் கடைசி வரிகளை ராஜா பாடி முடித்த கணத்தில், ஓவர்லேப்பில் வரும் புல்லாங்குழல், நம்மை அரவணைத்திருக்கும்.

சரணங்களின் முதல் 4 வரிகளை அறிவுரை போல், அழுத்தந்திருத்தமாக பாடும் இளையராஜா, அடுத்த இரண்டு வரிகளை மேலே பாடும்போது, அம்மாக்களின் நினைப்பு நம் சிந்தயை சூழ்ந்துகொள்ளும். சரணங்களின் கடைசி வரி பாடல் கேட்பவர்களின் மனதில் பதிய வேண்டும் என்பதற்காகவே அந்த வரியை சற்று இழுத்துப் பாடும் இடத்தில் உள்ளத்தைக் கொள்ளை கொண்டிருப்பார் இசைஞானி!

12

மாலையில் யாரோ மனதோடு..
நாயகன் பேரெழுதும் அவள் நெஞ்சத்தின் பாடல்

பெண்களின் அகத்தையும், அகம் சார்ந்த அவர்களது விருப்பங்களையும் வெளிப்படுத்தும் பாடல்களைக் கொண்டது சங்க இலக்கியம். நிகழ்காலத்தில் அவர்களது அகத்தின் வெளிப்பாடுகளை வெளிக்கொணர்ந்ததில் மேஸ்ட்ரோவின் பாடல்களுக்கு பெரும்பங்குண்டு. அவரது இசையில் பி.சுசீலா, எஸ்.ஜானகி, வாணி ஜெயராம், சித்ரா, சைலஜா, உமா ரமணன், ஸ்வர்ணலதா என நீளும் இந்தப் பட்டியலில் உள்ளவர்கள் நாயகிகளுக்காக பாடியுள்ள தனிப்பாடல்களின் திரட்டே அதற்கு சாட்சி. அதுவும் ஸ்வர்ணலதாவின் குரலில் வரும் பாடல்களுக்கு எப்போதும் ஓர் ஈர்ப்பிருக்கும்.

இதுவரை எத்தனையோ முறை கேட்டிருந்தாலும், திரும்பத் திரும்ப, நம்மைக் கேட்கும் தூண்டும் ஒரு பாடல்தான், 1990-ம் ஆண்டு இயக்குநர் கே.சுபாஷ் இயக்கத்தில் வெளிவந்த 'சத்ரியன்' திரைப்படத்தில் இடம்பெற்ற 'மாலையில் யாரோ மனதோடு பேச' பாடல். ஆர்ப்பாட்டமில்லாத கடல், விரிந்து பரந்த மரங்கள், வண்ண மீன்களே மயங்கி பார்க்கும் நாயகியென கண்களை நிறையச் செய்யும் அனைத்தையும் தாண்டி, ஸ்வர்ணலதாவின் குரலும், இளையராஜாவின் இசையும் இப்பாடலை கேட்கும்போதெல்லாம் நம்மை குளிர்விக்கும்.

தொடுவானத்தை தாண்டியும் பரவிக்கிடக்கிறது கடல். நீலக்கடலின் ஆழத்தில் பவளப்பாறைகள், சிப்பிகளென ஏராளமானவை நிரம்பிக் கிடக்கின்றன. தரைதட்டிய இடங்களில் பூத்துக் கிடக்கும் பாறைகளின் மேல் படர்ந்த பாசிகள் பச்சையாக சிரிக்கின்றன. வீட்டிற்குள் வைக்கப்பட்டிருக்கும் வண்ண தொட்டிக்குள் சுற்றித் திரிந்த மீன் தனித்துக் கிடக்கும் கடலில் நீந்தி பறக்கிறது. அதுவரை நீந்த மட்டுமே தெரியும் என்ற கற்பிதங்களை மீறி வேகவேகமாக பறக்கிறது மீனும், நாயகியின் மனதும்.

சிப்பியை உடைத்து கிடைக்கும் முத்துக்களைப் போல இப்பாடலின் ஒவ்வொரு வரியையும் எழுதியிருப்பார் காவிய கவிஞர் வாலி. பாடலுக்குள் செல்லுமுன், பாடலின் தொடக்க இசை வரும் 25 விநாடிகள் கீபோர்ட், கிடார் மற்றும் வயலின்களைக் கொண்டு விரிக்கப்படும் இசை வலையில் லாவகமாக வந்து சிக்கிக்கொள்ளும் நம் மனங்களை, பின்வரும் புல்லாங்குழல் இசையால் ஆழ்கடல் வரை சுண்டியிழுத்துச் சென்றிருப்பார் இசைஞானி.

“மாலையில் யாரோ மனதோடு பேச
மார்கழி வாடை மெதுவாக வீச

தேகம் பூத்ததே...
மோகம் வந்ததோ
மோகம் வந்ததும்...
மௌனம் வந்ததோ
நெஞ்சமே பாட்டெழுது...
அதில் நாயகன் பேரெழுது"
என்று அந்த சரணம் எழுதப்பட்டிருக்கும்.

நல்ல மெட்டு, சிறப்பான பாடல் வரிகள் வந்துவிட்டதே என்று சும்மா விடுபவர் அல்ல ராஜா.

தனக்கு கிடைக்கும் துளியோன்டு இடத்தைக்கூட விட்டுத்தரமாட்டர். ஃபில்லிங்ஸ் என்று சொல்லப்படும் அந்த இசைத் தன்மையை எத்தனை இனிமையாக மாற்றமுடியும் என்பதற்கு இந்தப்பாடல் மிகச்சிறந்த உதாரணம். "மாலையில் யாரோ மனதோடு பேச" என்ற வரி முடிந்த கணத்திலும், "மார்கழி வாடை மெதுவாக வீச" என முடியும் இடத்திலும் வரும் சின்ன இடத்தில் கிடாரில் ஹைக்கூ ஒன்றை எழுதியிருப்பார் ராகதேவன்.

இதைத்தொடர்ந்து, தேகம் பூத்ததே...மோகம் வந்ததோ என்ற வரியின் முடிவிலும்,மோகம் வந்ததும்...மௌனம் வந்ததோ என முடியும்போது சின்னதாக பெல்ஸ் இசைக் கொண்டு நிரப்பியிருப்பார். நெஞ்சமே பாட்டெழுது... அதில் நாயகன் பேரெழுது, என்ற வரிகளைப் பாடும் ஸ்வர்ணலதாவுடன் சேர்ந்தே தொடங்கிடும் வயலின்கள், பாடல் கேட்பவர்களின் மனதில் பெரிய கடலலையைக் கொண்டு வந்து கொட்டிச் சென்றிருக்கும்.

முதல் மற்றும் இரண்டாவது சரணங்கள்,

"வருவான் காதல் தேவன் என்று
காற்றும் கூற
வரட்டும் வாசல் தேடி இன்று
காவல் மீற

வளையல் ஓசை ராகமாக
இசைத்தேன் வாழ்த்துப்பாடலை
ஒரு நாள் வண்ண மாலை சூட
வளர்த்தேன் ஆசைக்காதலை
நெஞ்சமே பாட்டெழுது...
அதில் நாயகன் பேரெழுது

கறை மேல் நானும் காற்று வாங்கி
விண்ணைப் பார்க்க
கடல் மீன் கூட்டம் ஓடி வந்து
கண்ணைப் பார்க்க

அடடா நானும் மீனைப் போல
கடலில் வாழக்கூடுமோ
அலைகள் வெள்ளி ஆடை போல
உடலின் மீது ஆடுமோ
நெஞ்சமே பாட்டெழுது...
அதில் நாயகன் பேரெழுது" என்று எழுதப்பட்டிருக்கும்.

பாடலின் முதல் சரணத்துக்கு முன்வரும் இடையிசையை, வயலின், வயோலா, செல்லோ, டபுள் பேஸ் என பெரும்படைக் கொண்ட ஸ்டிரிங்ஸ் செக்சன் ஆரம்பித்திருக்கும். அப்போது, ஆழம் குறைந்த தண்ணீரில் மிதக்கும் ஒற்றைப்படகு போல் வந்து ஆறுதல் அளிக்கும் அண்ணன் அருண்மொழியின் புல்லாங்குழல். அந்த புல்லாங்குழலின், ஒவ்வொரு துளைகளை மூடித்திறக்கும் போதும் ஏக்கம், காதல், தனிமை, விரகதாபம், பரிதவிப்பு, விருப்பம் என ஒவ்வொன்றையும் நமக்குள் வலியின்றி கடத்தியிருப்பார் இசைஞானி.

அதேபோல், பாடலின் இரண்டாவது சரணத்துக்கு முன்வரும் இடையிசையை, கிடார் ஆக்கிரமித்துக் கொள்ளும். கூடவே கீ புளூட்டும் சேர்ந்து முழுக் கடலொன்றில் தன்னந்தனியாக நம்மை நீந்தச் செய்திருக்கும். அதோடு, கீபோர்ட் சிந்தைஸரும், வயலின்களும் சேர்ந்து கடலின் மையத்துக்கே கூட்டிச் சென்றிருக்கும்.

முதல் மற்றும் இரண்டாவது சரணங்களில் வரும் முதல் இரண்டு வரிகளை ஸ்வர்ணலதா பாடி முடிக்கும் வேளைகளில், புல்லாங்குழலில் வரும் அந்த லெங்த்தான நோட்டையும், சின்னதொரு ரன்னையும் விவரிக்க வார்த்தையே இல்லை.

படத்தின் இயக்குநர், இப்பாடலை ஆளரவமற்ற கடற்கரையில் காட்சிப்படுத்தியிருப்பார். ஆனால் இசைஞானி அத்தனை பெரிய கடலை தனது புல்லாங்குழல் துளைகளின் வழியே பாடல் கேட்பவர்களின் மனங்களில் வாரி இறைத்திருப்பார்.

13

தாலாட்டும் பூங்காற்று நானல்லவா...

மெய்சிலிர்த்து கண்விழிக்கும் நள்ளிரவு நினைவுகள்!

அவனுக்கான அவளது நினைவுகளும், அவளுக்கான அவனது நினைவுகளும் தானே காதல். கண் இமைத்தலுக்கும், இதயம் துடிப்பதற்குமான இடைவெளியைக்கூட விட்டுவைக்காமல் நிரம்பிக் கொள்கிறது. இத்தகைய தருணங்களில் எங்கிருந்தாவது, எப்படியாவது அவளது சிறு செருமல் கேட்டுவிடாதா? என ஏங்கி காத்திருக்கிறது மனது. இதுபோல ஒரு சிச்சுவேஷன் அதுவும் ராகதேவனிடம் சிக்கினால் கேட்கவா? வேண்டும்.

கடந்த 1991-ம் ஆண்டு இயக்குநர் ப்ரியதர்ஷன் இயக்கத்தில் வெளிவந்த 'கோபுர வாசலிலே' திரைப்படத்தில் இடம்பெற்ற 'தாலாட்டும் பூங்காற்று நானல்லவா' பாடல்தான் அது. இப்பாடலை ஐயா வாலி எழுதியிருப்பார். ஆழ்மனதில் பெருகும் காதலின் ஏக்கம் தூக்கத்தை கெடுத்து சுடும் தீயாய், கொடும் நோயாய் பரவுதலைத் தான் இப்பாடல் விவரித்திருக்கும்.

யாருமற்ற ஊசிமரக்காடுகளில் உயர்ந்துநின்ற மரங்களில் ஊஞ்சல்கட்டி ஆடுகிறது காதல். தனது அத்தனை ஆழ்மனது தகிப்பிற்கும் காரணமான காதலனை பூங்காற்றாய் தாலாட்டுகிறாள் காதலி. நள்ளிரவில் கண்விழித்து அவளை மெய்சிலிர்க்க வைத்தவனை

ஆரத்தழுவி முத்தமிடுகிறாள். காதலியின் முத்தம் கிடைத்த கணம், இருவரையும் இறுகப்பற்றி நெருக்கமாக்குகிறது.

வானுக்கும் பூமிக்கும் நிலையில்லாமல் தத்தி தாவிக் குதிக்கிறது மனம். அவளது ஒவ்வொரு ஸ்பரிசத்திலும் உணர்வுகளற்ற சிலையாகி உயிர் பெறுகிறது அவனுடல். இருவருக்குள்ளும் பற்றிய காதல் தீ, காற்று முழுவதும் வேகமாகப் பரவி மேகத்தின் மீது மோதுகிறது. தவறுதலாய் தொட்டிக்குள் இருந்து கீழ் விழுந்த மீனை போல இருவரது உடலும், மனமும் துடிதுடிக்கிறது. பின்னர் ஆளரவமற்ற படிக்கட்டுகளிலும், மரத்தடிகளின் நிழல்களிலும் நீட்டியமர்ந்து நிதானமாக காதல் கொள்கிறது.

பச்சை, மஞ்சள், சிவப்பு நிறங்களில் கலந்த அவர்களது காதல் இன்னும் அடர்த்தியாகிறது. ஆடைகளற்ற வானத்தையும் பூமியையும் போலவே அவனது நினைவுகள் அவளையும் மாற்றிவிடுகின்றன. பாறைக் கடந்தோடிவரும் வெள்ளைத் தங்கம் இவர்களது காதல் சூடுபட்டு நீராய் ஓடுகிறது. வலைகளைத் தாண்டி காதலை ரசிக்கும் அரிக்கன் விளக்குகள் வெட்கத்தில் வெளிச்சமடிக்கின்றன. காதலனின் மூச்சுக்காற்றின் வெப்பம் தாங்காமல் வளையல், கொலுசு, மெட்டியென ஒவ்வொன்றாய் உருகி உருவி கீழே விழுகின்றன. இந்தப் பாடல் காட்சி ரீதியாக நமக்குள் ஏற்படுத்தும் தாக்கங்கள் இதுதான். ஆனால், இசைஞானியின் இசை இது எல்லாத்துக்கும் மேலான ஏதோ ஒன்றை நமக்கு கொடுத்திருக்கும்.

ஒரு பாடலுக்கான அனைத்து இசை குறிப்புகளையும் எழுதி முடித்த பின்னர்தான் அப்பாடலை யார் பாட வேண்டும் என்பதை அந்த பாடலின் ஸ்கோர் ஷீட்டில் எழுதுவதே ராஜாவின் வழக்கமாம். அந்த வகையில், இப்பாடலை பாடும் வாய்ப்பை பெற்றவர், ஜானகி அம்மாதான். இந்த பாட்டில் திரையில் தோன்றும் நாயகியின் ஆழ்மனது ஏக்கம் தொடங்கி, வெட்கம், அச்சம், மோகம் ஆவல், தீண்டல், என அத்தனை விதமான உணர்வுகளுக்கும், இசைக்கருவிகளும், ஜானகி அம்மாவின் குரலும் உயிரூட்டியிருக்கும் என்பதே நிதர்சனம்.

பாடலின் தொடக்கத்தில் 21 விநாடிகளுக்கு ஒரு ஹம்மிங் வரும். ஆ – என்ற ஒற்றை எழுத்துதான். ஜானகி அம்மா பாடும் விதவிதமான மாடுலேசனில் அதை எத்தனை முறை கேட்டாலும், இன்னும் ஒரேயொரு முறை என ரிபீட் கேட்கத் தோன்றும். அந்த இடத்திலேயே நாம் சொக்கிப் போய்விடுவோம். சொக்கிப் போனவர்களை மீண்டும் கிறங்கடிக்க வேண்டும் என்று ராஜா நினைத்தாரோ, என்னவோ ஜானகி அம்மா முடித்த இடத்தில், புல்லாங்குழல் இசைக்கப்பட்டிருக்கும். கயிறறுந்த பட்டம் ஒன்று, காற்றின் திசையெங்கும் பறந்து செல்வதைப் போலத்தான் வானுக்கும் பூமிக்கும் இடையில் நம்மை அந்த புல்லாங்குழல் இசை மிதக்க வைத்துக் கொண்டிருக்கும். சொல்ல முடியாத அந்த சந்தோஷத்தை சந்தூரின் இசை நம் மனதுக்குள் தங்கவைத்திருக்கும். அத்துடன், வருவாயோ... வாராயோ... என்ற வரிகளைப் பாடும்போது, அந்த ஓஓஓ-வை ஜானகி அம்மா பாடும் அழகு ரசனையின் உச்சம். அதேபோல்,

தீர்மானத்துடன் பாடலை வழிநடத்தும் தபேலாவின் இசை மெய்மறக்கச் செய்திருக்கும்.

முதல் ஸ்டேன்சாவுக்கு முன் வரும் பிஜிஎம், வயலின்களில் தான் தொடங்கும். காதலியின் முதல் முத்தம் கிடைத்த நொடியில், உடலினுள் ஏற்படும் மாற்றங்களைத்தான், அந்த வயலின்களின் வேகம் விவரித்திருக்கும். மனதுக்குள் அனல் மூட்டப்பட்ட தீப்பிழம்புகளின் கொதிப்பை, புல்லாங்குழலும், கிடாரும் சேர்ந்து குளிர்விக்க முயற்சிக்கும். ஆனால், புயலென வீசிவரும் வயலின்கள் தீப்பிழம்பின் கதகதப்பை அதிகமாக்கும். காற்றின் வேக குறைவால், பெரும் தீவிபத்து தவிர்க்கப்படுவதைப் போல, அந்த இடத்தில் வரும் சந்தூரின் இசை மனதுக்கு இதமான சுகத்தைக் கொடுத்திருக்கும்.

இரண்டாவது சரணம் சந்தூர் ஸ்ட்ரிங்ஸில் தொடங்கிய சில

விநாடிகளில் வரும் அண்ணன் அருண்மொழியின் புல்லாங்குழல், பேரின்பத்தை பில்லியன் கணக்கில் பெருக்கினால் வரும் மதிப்பை விட அதிகமானது என்றால் மிகையாகாது.

ஆயிரக்கணக்கான வண்ணத்துப்பூச்சுகள் ஒரே நேரத்தில் பறந்துவந்து மனசுக்குள் அமர்ந்துகொள்ளச் செய்திருக்கும் அந்த புல்லாங்குழல். அதை ரசித்த கணமே மொழியற்றுப் போகும் நமக்கு, அடுத்துவரும் வயலின்களால் சாமரம் வீசி வசீகரித்திருப்பார் இளையராஜா.

இடைவெளியில் மீட்டப்படும் கம்பிக்கருவிகள் பாடல் கேட்பவர்களைக் கட்டியிழுக்கும்.

இப்பாடலின் முதல் மற்றும் இரண்டாவது சரணங்களின் முதல் நான்கு வரிகளின் இடையிடையே அண்ணன் அருண்மொழியின் புல்லாங்குழல் கொண்டு நவீன காதல் கவிதைகளை எழுதியிருப்பார் இசைஞானி. அதை ஒவ்வொரு முறை கேட்டு முடிக்கும்போது, ராஜாவின் இசையில் இசைக்கப்படும் ஒரு புல்லாங்குழலாக இருந்திருக்கக் கூடாதா என்ற எண்ணம்தான் மேலோங்கும். பரந்துக் கிடக்கும் தண்ணீர் மேற்பரப்பில் வீசியெறியப்பட்ட தட்டையான சிப்பியொன்று, தண்ணீரின் மேற்பரப்பில் தட்டித்தட்டி தொலைதூரத்துக்குச் செல்வதைப் போலத்தான் அந்தப் புல்லாங்குழல் நம்மை நிலைகுலையச் செய்திருக்கும். வயலின்கள், கிடார், சந்தூர், புல்லாங்குழல், தபேலா என இசைக்கருவிகள் இந்த பாடல் முழுவதும் விரவிக் கடந்தாலும், அந்த புல்லாங்குழல் இசை வரும் இடங்களில்தான், ராஜாவின் மேஜிக்கல் டச் நம்மை ஆட்கொண்டிருக்கும்.

14

பொன் வானம் பன்னீர் தூவுது...

கோடு தாண்டும் ஜோடி வண்டுகள்!

தொலைதூர பயணங்களிலும், கொட்டும் மழைக் காலங்களிலும், மனது சுமையாகும் நேரங்களிலும், அதே மனது வண்ணத்துப்பூச்சிகளாய் மாறி சிறகு விரிக்கும்போதும், இருள் கவியும் இரவுகளிலும் எப்போதும் துணையிருப்பவர் இசைஞானி இளையராஜா. மழைக்காலங்களில் அவரது பாடல்களே குளிர் கடந்து நம்மை உறங்கச் செய்கின்றன. பெருமழைக் காலம் மட்டுமின்றி, பனிக்காலம், கோடைக் காலம் என எக்காலத்துக்கும் உகந்தது அவரது இசையும்,பாடல்களும்.

பலரது ஆல்டைம் பேஃவரைட் லிஸ்டில் இந்த பாடலும், தவறாது இடம்பெற்றிருக்கும். 1983-ம் ஆண்டு மேஜர் சுந்தர்ராஜன் இயக்கத்தில் வெளிவந்த ‘இன்று நீ நாளை நான்’ திரைப்படத்தில் இடம்பெற்ற ‘பொன்வானம் பன்னீர் தூவுது இந்நேரம்’ பாடல்தான் அது. இளையராஜா வைரமுத்து கூட்டணி நிகழ்த்திய அற்புத அதிசயங்களில் இந்த பாடலும் ஒன்று. பாடலை எஸ்.ஜானகி பாடியிருப்பார்.

சரணத்துக்கு முன் வரும் இடையிசை, காற்றின் ஓசைக்குப் பிறகு, கிடாரில் தொடங்கி, வயலின் குடும்பத்தைச் சேர்த்திருப்பார்.

புல்லாங்குழல், சந்தூர், கீபோர்ட் பெஸ்ஸ் இவைகளைக் கொண்டு

ராஜா, மழைக்கு ஆயத்தமாகும் மனதை, பூவைச்சுற்றி சுற்றி வரும் வண்டு அதன் மேல் அமராமல், ரொம்ப பக்கத்தில், நெருங்குவதைப் போலத்தான், ராஜா அந்த ஓப்பனிங் இசையை அமைத்திருப்பார். அந்த இடத்தில் ஜானகி அம்மா குரலில் வரும் ஆஆஆஆஆஆ எனும் அந்த ஆலாபனைக்கு மாற்று இன்னும் 40 ஆண்டுகளுக்குப் பிறகும் சாத்தியமற்றது. ஒரு பாடலின் சரணத்துக்கு முன் வரும் துவக்க இசையினுள், வெறும் ஒரு "ஆ" வைத்துக்கொண்டு ராஜா செய்திருக்கும் மாயங்களை சொல்லி மாளாது. அதுமயக்கம் தெளிவதற்குள், ஜானகி அம்மா, பொன் வானம் என்று சரணத்தை பாட ஆரம்பித்துவிடுவார்.

அவளது ஆழ்மனதின் தகிப்பால் சூடாகிப்போன மூச்சுக்காற்றுக்கு முன் தூரத்தில் கடக்கும் புயல்காற்றின் வேகம்கூட தோற்றுப் போகிறது. அவனை கண்முன்னே கண்ட கணத்தில், மண்ணில் விழுந்த மழைத்துளிகளாய் மாறிப்போகிறது அவளது மனம். கொதித்து கிடக்கும் அவளது உள்ள பரப்பு முழுவதிலும் விழுந்த மழைத்துளிகள் குளம் போல் வெக்கைத் தணித்து தேங்கி நிற்கின்றன. அதுவரை மறைத்து வைத்திருந்த அப்படியான அவளது நினைவுகளை வெளிச்சம்போட்டு காட்டுகிறது மின்னல், என்பதாக அந்த சரணம் அமைந்திருக்கும்.

முதல் சரணத்துக்கு முன் இடையிசையில் கவனிக்க வேண்டியது, இப்பாடலின் டைம் சிக்னேச்சர். அதுநாள் வரையில், தொடக்கூடாத இடத்தில் இருந்துவந்த பாட்டையும், இசையையும் பாமர மக்களுக்கானதாக மாற்றிய மகத்துவ மேதை ராகதேவன். 7/8 என்ற டைம்

சிக்னேச்சரில் தான் இந்தப்பாடலின் தாளக்கட்டுக்கள் அமைந்திருக்கும். அதென்ன டைம் சிக்னேச்சர். தகிட தகதிமி என இந்த டைம்மிங்கில் பாட்டின் தாளக்கட்டு அமைந்திருக்கும். கேட்ட மாத்திரத்தில், நம்மை மயக்கி, இட்டுச் செல்லும், இப்படியொரு விஷயத்தை ராஜாவுக்கு விளக்கிச் சொல்லி, புரிய வைக்க நேரமில்லை. இந்தப் பாடலின் முதல் சரணத்துக்கு முன் வரும் இடையிசையில், அந்த ரகசியத்தை ராஜா புதைத்து வைத்திருப்பார்.

அந்த தாளம் என்னவென்று சொல்லத் தெரியாவிட்டாலும், அந்த பாட்டுக் கேட்கும்போது, நம்மை அது உற்று கவனித்து அதனுடன் செல்ல வைத்திடும். சரியாக 1 நிமிடம் 17 விநாடிகளில், இடையிசையில் செனாய் இசைக்கருவி வரும். சரியாக அந்த இடத்தில் இருந்து இந்த தகிட தகதிமியை, 123 12 34 என்ற ரிதத்தில் போட்டு பாருங்கள், அவ்வளவுதான் 7/8 டைம் சிக்னேச்சர், என்று பாமரனுக்கும் பாட்டுச் சொல்லித் தந்திருப்பார் ஞானியார்.

அங்கிருந்து தொடங்கும் முதல் சரணம், தேங்கிய நீரில் துள்ளி குதித்திடும் மான்களைப் போல, கொட்டும் மழையில் காயமின்றி வலிக்கும் அவனது நினைவுகளை சுமக்கும் அவள் துள்ளி குதித்தாடுகிறாள். மழையில் நனைந்த மயில், தோகை விரித்தாடுவதைப் போல அவளது அகத்தின் ஆசைகள் பேராவலாக விரிகின்றன. விடாமல் தொடரும் மழை அவன் குறித்த அவளது நினைவுகளை ஈரமாக்குகின்றன, என்பது போல முடிந்திருக்கும்.

இரண்டாவது சரணத்துக்கு முன் வரும் இடையிசையில் மாபெரும் இசைப்போட்டியே நடத்தப்பட்டிருக்கும். எத்தனை பெரிய மேதையாக இருந்தாலும், அந்தப்போட்டியின் வெற்றியாளரை அறிவிக்க முடியாத நிர்ப்பந்தத்தை ராஜா தனது இசைமூலம் கொடுத்திருப்பார். ஆம், லல்லல்லல்லலலா... லல்லல்லல்லலலா... என்று ஜானகி அம்மா ஒரு பக்கம், அவரது குரலோடு புல்லாங்குழல் மறுபக்கம் போட்டியிட, செனாயும் இந்தப் போட்டியில் களம்புகுந்து, பாடல் கேட்பவர்களுக்கு மினி ஜுகல்பந்தி நடத்தியிருப்பார்.

பிறகு அங்கிருந்து தொடங்கும் இரண்டாம் சரணம்,

மழையில் நனைந்த ஆடைகளைப் போல அவனுக்கான அவளது தகிப்பை கனமாக்குகிறது. கொட்டித் தீர்த்த மழையால் உடலில் ஒட்டிக்கொள்ளும் ஆடைகள் போல, காதல் கடந்த ஆசைகள் அவளை இறுக்கமாகப் பற்றிக் கொள்கின்றன.

வரம்புக்குட்பட்டது, வரம்பை மீறியது என எவ்வித பாகுபாடுமின்றி எல்லா காதலுக்கும் பொதுவாகவே பெய்த மழை, அவளது ஏக்கத்தை குளிர்விக்கிறது. பேரிடியும் பெருமழையுமாய் பெருக்கெடுத்து அவளது விருப்பங்களில் நனைகிறது. வெட்டவெளி முழுவதையும் ஆக்கிரமித்த பூமழைப் போல, அவனது நினைவுகள் அவளுக்குள்ளும் பூத்திருக்கிறது. அவனை மணமுடிக்கும் வண்ணங்களால் நிறைந்த கனவுகளை, வெள்ளை மழை பெய்து கலைக்கிறது, எனும் வகையில் விரிந்திருக்கும்.

ராஜாவிடம் பாடலை வாங்கிச் சென்றபிறகுதான், பெரும்பாலும் அதற்கு காட்சி வடிவம் கொடுக்கப்பட்டிருக்கும். சிலரை படம் முழுவதையும் எடுத்து வரச்சொல்லிவிட்டு, அதன்பிறகு, அந்த காட்சிகளுக்காகவும் ராஜா பாடல்களை பதிவும் செய்து கொடுத்திருக்கிறார். இது எந்த ரகம் என்று தெரியவில்லை. ஆனால், மழையும் ஒரு பெண்ணின் ஆழ்மன தவிப்புகளும்தான், இந்தப் பாட்டின் கரு. இதை இசைஞானி வெகுசனத்திடம் கொண்டு சேர்க்க மேற்கொண்ட பரிசோதனைகள்தான் ஹைலைட்டே.

இதெல்லாம் சொல்லிவிட்டு அந்த பேஸ் கிடாரைப் பற்றி பேசாமல் போனால், இப்பாடல் முழுமை பெறாது.ரொம்பவே தின்னமாக பாடல் முழுவதும் பயணித்தாலும், “பொன்வானம் பன்னீர் தூவுது இந்நேரம்... பொன்வானம் பன்னீர் தூவுது இந்நேரம்...அட எண்ணம் மீறுது வண்ணம் மாறுது கண்ணோரம்..பொன்வானம் பன்னீர் தூவுது இந்நேரம்” என ஜானகி அம்மா பாடுவதை கூர்ந்து கேட்டுப் பாருங்கள், பின்னால், நம் காதில் பளிச்சென விழும் கார்ட்ஸ் தாண்டி, அழுந்தும் தொனியில் உருமி போல ஒரு இசை கேட்டுக் கொண்டிருக்கும். அது பேஸ் கிடார்தான். மேஸ்ட்ரோ அந்த இசைக்கருவியை, ஸ்லைடிங் டைப்பில் அதாவது இழுத்திழுத்து பல்லவி முழுவதும் வாசிக்க செய்திருப்பார். அது இப்பாடலின் சூழலுக்கும், வெறுமனே பாடலைக் கேட்கும் நமக்கும் அத்தனை இதமாக அமைந்திருக்கும்.

அதேபோல், செனாய் பாடலை ஆக்கிரமித்திருக்கும் இசைக்கருவி இதுதான். இசைஞானியின் வருகைக்கு முன்புவரை, துக்கம் மிகுந்த தருணங்களுக்கான இசைக்கருவியாகவே பல நேரங்களில் பாவிக்கப்பட்ட அந்த இசைக்கருவி, ராஜாவின் வருகைக்குப் பின்னர், தமிழ் திரையிசையில் நிகழ்த்திய இசை அதிசயங்கள் ஏராளம் என்பதற்கான ஒரு சாம்பிளாக இந்தப் பாடலைக்கூறலாம்...

15

ஆசைய காத்துல தூதுவிட்டு...

ஏக்கம் தீரல ஆசையில் பார்க்கும்போது!

காதல்தோறும் 'தூது'க்கு எப்போதும் பிரிக்கமுடியாத பந்தம் இருக்கும். யுகங்களின் தேவைக்கேற்ப காதலும், காதல் தூதும் மாறிக்கொண்டே வருகின்றன. ஆசை காதலுக்காக காற்றை தூதாக்கி 44 ஆண்டுகள் ஆகிவிட்டன. வெறும் காற்றையே இசையாக்கும் ராகதேவன் இளையராஜா ஆசை காதல் தூதை ஆனந்த பூங்காற்றாக மாற்றியிருப்பார். இந்தப்படமும் இப்படத்தில் இடம்பெற்ற பாடல்களும் மக்கள் மனங்களில் என்றென்றும் நிலைத்திருப்பவை. 1980-ம் ஆண்டு இயக்குநர் மகேந்திரன் இயக்கத்தில் வெளிவந்த 'ஜானி' திரைப்படத்தில் இடம்பெற்ற 'ஆசைய காத்துல தூதுவிட்டு' பாடல்தான் அது. பாடலை இசைஞானியின் சகோதரரும், பாடலாசிரியருமான கங்கை அமரன் எழுதியிருப்பார். இப்பாடலை எஸ்.சைலஜா பாடியிருப்பார்.

இருள் சூழ்ந்த இரவின் கரிய நிறம் அந்த வெட்டவெளி முழுவதையும் நிறைத்துக் கிடக்கிறது. கொட்டும் பனிக்காக உடலினைச் சுற்றியிருந்த ஆடைகளின் கதகதப்பில் உருவான ஆசையின் வெப்பச் சலனத்தில், கண்ணெதிரேயிருக்கும் நாயகனைப் பார்த்த நாயகியின் மனதிலும், உடலிலும் ஆசைத்தீ பற்றிக் கொள்கிறது. இருவரது கண் காந்த உரசல்கள் எரியும் தீயை மேலும் எரியூட்டுகின்றன. பற்றியெறியும் காதல் தீயிலிருந்து எழுந்த புகையாய் இந்த சேதி திசைதோறும் பரவுகிறது. இந்த

தவிப்பையும் தகிப்பையும் நாயகனுக்கு எப்படி ஒருசேர உணர்த்துவதென காத்திருக்கும் தருணத்தில் பூக்கிறது பாடலின் தொடக்க இசை.

இந்த இடத்தை இசைஞானி இளையராஜா *Bass Key flute* - ஐ கொண்டு தொடங்கியிருப்பார். அந்த இசைக்கருவியின் தேர்வும், அதிலிருந்து பொங்கி வரும் ஒலியின் அடர்த்தியும்,நாயகியின் ஆழ்மனது விருப்பத்தின் அழுத்தத்தை நமக்கு வெகு சுலபமாக உணர்த்தி விடுகிறது, அழுந்திப் பெருகும் அந்த குழலிசை வெறுமனே வீசும் காற்றாக நில்லாமல், வாடைக் காற்றைப் போல பாடல் கேட்பவர்களை வாரிச்சுருட்டி வசீகரிக்கிறது.

அதைத்தொடர்ந்து வரும் இழுத்துக் கட்டப்பட்ட தோல் கருவிகளிலிருந்து பிறக்கும் பேரொலி கூடியிருப்போரை குதுகலிக்கச் செய்கிறது. பின்தொடரும், கோரஸ் பாடுபவர்களின் கூட்டுக் குரல்களில், ஏற்றி இறக்கி பாடப்படும் 'ஆ' என்ற ஒற்றைச் சொல்லின் ஊடே அழகாகவும் ஆழமாகவும் வெளிப்படுத்தப்பட்டிருக்கும் நாயகியின் தகிப்பும், தவிப்பும். இதை கேட்டபடியே லயித்துக் கிடப்பதற்கு இடம் கொடுக்காமல், சைலோபோன் போன்ற இசைக்கருவியை மீட்டி, பல்லவிக்கு அழைத்துச் செல்வார் இசைஞானி.

"ஆசைய காத்துல
தூது விட்டு ஆடிய பூவுல
வாடை பட்டு சேதிய

கேட்டொரு ஜாடை தொட்டு
பாடுது பாட்டு ஒன்னு
குயில் கேட்குது பாட்டை
நின்னு"

என்று கவித்துவம் குறையாமலும் இசையிலிருந்து சற்றும் பிசகாமலும் வழக்கு சொல்லாடல்களை நேர்த்தியாக கோர்த்து எழுதப்பட்டிருக்கும்.

சொல்ல வந்த செய்தியை கண்களின் வழியாக துல்லியமாக கடத்த தெரிந்த நாயகி தனது வாஞ்சையை காற்றில் தூதாக அனுப்புகிறாள். இடைமறிப்பது மரமோ, சக மனுஷியோ எந்த தடுப்புகளையும் ஊடுருவும் அவளது கூரான பார்வை நாயகனின் கண்களிலும் வேர் பரப்பி கிளைவிடுகின்றன. இங்கே தொடங்குகிறது பாடலின் முதல் இடையிசை, பாடலுக்கான சூழலின் மெய்த்தன்மை கெட்டுவிடக்கூடாது என்பதில் தீர்க்கம் கொண்ட இசைஞானி தொடக்க இசையில் பயன்படுத்தப்பட்ட Bass Key flute, கோரஸ் மற்றும் தாளக்கருவிகளோடு, ஷெனாய் என சொற்பமான இசைக்கருவிகளை மட்டுமே முதல் மற்றும் இரண்டாவது சரணங்களுக்கான இடை இசைகளில் பயன்படுத்தியிருப்பார்.

நாயகியின் கருவிழி வழிபரவிய பேரன்பின் படிமங்களை தனது வெண்ணிற கண்படலத்தில் சேர்த்துக் கொண்ட நாயகனின் மனது லேசாக வீசும் காற்றில் அசைந்தோடி அவனது காதலியின் கரங்களை, தூரத்தில் கேட்கும் Bass Key flute இசையுடன் சேர்ந்து இறுகப் பிடித்துக் கொள்கிறது. நாயகி தந்த காதல் கிறக்கங்களை அப்படியே தனது காதலிக்கு கொடுத்திட வேண்டும் என்ற நாயகனின் ஆசையை பூர்த்தி செய்து உற்சாகமூட்டி பாடல் கேட்பவர்களின் மனங்களில் துள்ளி குதித்தோடும் ஷெனாய் இசை போல நாயகனும் அவனது காதலியும் தாவி குதித்தோடுகின்றனர்.

பெருங்காற்றில் கைப்பொத்தி எடுத்துச்செல்லும் தீபம் போன்ற தனக்கான காதலை நாயகனுக்கு உணர்த்த இந்தப்பக்கம் நாயகி தீபங்களுடன் மின்னுகிறாள். முக்கோண நினைவுகளைச் சுமக்கும் அந்த காதல் தீபம் காற்றின் வேகத்துக்கு ஏற்ப அங்குமிங்கும் அசைந்தாடுகிறது இங்கிருந்து தொடங்குகிறது பாடலின் முதல் சரணம்.

"வாசம் பூவாசம்
வாலிப காலத்து நேசம்
மாசம் தை மாசம் மல்லிகை
பூ மணம் வீசும்

நேசத்துல வந்த
வாசத்துல நெஞ்சம் பாடுது
ஜோடிய தேடுது பிஞ்சும்
வாடுது வாடையில
கொஞ்சும் ஜாடைய போடுது
பார்வையில் சொந்தம் தேடுது
மேடையில" என்று எழுதப்பட்டிருக்கும்.

சைலஜாவின் குரலில் நேசத்துல, வாசத்துல என வரும் இடங்களைக் ஒவ்வொருமுறை கேட்கும்போது செவியும் மனதும் சிலிர்த்திருக்கும். அதேபோல், முதல் சரணம் முடிந்து, மீண்டும் ஆசைய காத்துல தூதுவிட்டு பல்லவியை பாடும் அந்த மாடுலேஷன்தான் நாயகியின் ஏக்கத்தை வெளிப்படுத்தும் உன்னதமான இடமாகும்.

இங்கு தொடங்கும் அந்த இரண்டாவது இடையிசையும் *Bass Key flute*-ஐ கொண்டு இசைக்கப்பட்டிருக்கும். வெற்றுடல் மீது கொத்து கொத்தாய் கொட்டியப் பனி, உடல் கடந்து எலும்பு வரை ஊடுருவுவது போல, பாடல் கேட்பவர்களின் மன வெளிக்குள் *Bass Key flute*-ன் இசை புகுந்த வேவு பார்க்கும். அதனைத் தொடர்ந்து வரும் கோரஸ் பாடல் கேட்பவர்களை மயங்கி கிறங்கச் செய்யும். படர்ந்து விரிந்து கிளை பரப்பியிருக்கும் அந்த ஆலமரத்தின் வேர் போன்ற நாயகியின் ஆழ்மன உவகையை அறிந்த நாயகனின் கண்களும், நாயகியின் கண்களின் உராய்வில் அருகில் எரிந்துகொண்டிருக்கும் தீயையும் குளிர்விக்கிறது. அங்கிருந்து தொடங்குகிறது பாடலின் இரண்டாவது சரணம்.

"தேனு பூந்தேனு
தேன்துளி கேட்டது நானு
மானு பொன்மானு தேயில
தோட்டத்து மானு

ஓடி வர
உன்னை தேடி வர
தாழம் பூவுல தாவுற
காத்துல தாகம் ஏறுது
ஆசையில பாக்கும்
போதுல ஏக்கம் தீரல
தேகம் வாடுது பேசையில"
என்று எழுதியிருப்பார் கங்கை அமரன்.

இன்னும் எத்தனை ஆயிரம் முறை ரசித்து கேட்டாலும் மனதுக்கு புத்துணர்ச்சி தரும் ராகதேவன் இளையாராஜாவின் எத்தனையோ பாடல்களில் இந்த பாடலுக்கு ரசிகர்களிடம் எப்போதும் ஒரு தனியிடம் உண்டு.

இந்தப் பாடல் இசைஞானி இளையராஜாவால், 2013-ம் ஆண்டு 'Gundello Godari' என்ற தெலுங்கு திரைப்படத்துக்காக "ராத்திரி நேரத்து பாட்டு இது" என்றும், 2015-ம் ஆண்டு இந்தியில் வெளிவந்த 'Shamitabh' திரைப்படத்திற்காக sannatta என்றும் இரண்டு முறை மீட்டிருவாக்கம் செய்யப்பட்டது.

அதேபோல் ஆனந்த் மிலிந்த் இசையமைப்பில், 1995-ம் ஆண்டு 'Angrakshak' என்ற திரைப்படத்தில், Dil mere udass hai என்ற பாடலாக மாற்றியிருந்தனர். ஆனால், 1980-ம் ஆண்டு வெளிவந்த ஆசைய காத்துல பாட்டின் ஒரிஜினல் வெர்சனுக்கு முன்னால் எதுவும் நிற்கவில்லை...

16

அந்திமழைப் பொழிகிறது...
இளமையை சுமையாக்கும் இமைகள்!

43 ஆண்டுகளுக்கு முன்பு இருந்தது போல இந்த உலகம் நிச்சயம் இருப்பதற்கு வாய்ப்புகள் குறைவுதான். ஒரு சிறிய அளவிலான மாற்றமாவது நிச்சயம் நடந்தேறியிருக்கும். ஆனால், இசைஞானி இளையராஜாவின் இசையும், பாடல்களும் மட்டும் அது உருவானபோது, ரசிகர்களுக்கு எத்தகைய அவதானிப்புகளை தந்ததோ, கொஞ்சமும் மாறாமல் இன்று வரை அதே இளமையுடன் இருப்பது அதிசயிக்கத்தக்க ஆச்சரியங்களில் ஒன்று. ஞானம் பொதிந்த அவரது இசை குறிப்புகளும், அதை வார்த்து வடித்த பெரும் இசைக் கலைஞர்களின் கூட்டணியும், அவரது இசை கோர்ப்புகளை எப்போது கேட்டாலும் ஈர்க்க செய்கிறது. அந்த வகையில், இந்தப் பாடலும் பலரது ரிபீட் மோட் பாடல்தான்.

கடந்த 1981-ம் ஆண்டு இயக்குநர் சிங்கீதம் சீனிவாச ராவ் இயக்கத்தில் வெளிவந்த படம் 'ராஜபார்வை' படத்தில் இடம்பெற்ற 'அந்தி மழை பொழிகிறது" பாடல்தான். இந்தப் பாடலும் இசைஞானி இளையராஜா கவிப்பேரரசு வைரமுத்து காம்போவில் வந்த ஆல்டைம் பேஃவரைட் வகை பாடல்தான். பாடலை எஸ்.பி.பியுடன் இணைந்து ஜானகி அம்மா பாடியிருப்பார்.

மிருதங்கத்தைத் தொட்டெழும் கோரஸின் துணையோடு

தொடங்குகிறது இந்தப் பாடலின் தொடக்க இசை. பின் தாளத்துடன் சேர்ந்து வரும், கீபோர்ட், கிடார், வயலின்கள் உள்ளிட்ட ஸ்டிரிங் செக்சன் இசைக்கருவிகள் பாடலை கேட்பவர்களின் உயிர் வழி ஊடுருவும் தன்மை கொண்டவை.

அவன் கைப்பிடித்துக் கொண்டு நடக்கும்போதெல்லாம் புவியீர்ப்பு விசையை மீறி வளர்ந்த பெரு மரங்களின் கிளை போல் வான் நோக்கி படர்கிறது அவள் மனது. அவர்களது நான்கு கால்களின் காதல் தேடலுக்கு பூமி போதுமானதாக இருக்கவில்லை. சாலையோரத் திட்டுகள் மேலமர்ந்து பேசி தீர்த்தும், முடிவுறாததால், நீண்டு சரிந்த படிக்கட்டிகளிலும், இரும்பு பாலங்கள் மீதேறியும், பேருந்துகள் கடக்கும் மாநகரச் சாலைகளிலும் அவர்களது கைப்பிடிக்குள் சிக்கிக்கொண்டு சேர்ந்தே பயணிக்கிறது காதல்.

அலை வீசும் கடற்கரையின் மணற்பரப்பில் மோதி விளையாடி, யாருமற்ற மாடங்களில் அமர்ந்திருந்த நாட்களின் இரவு பகல் பொழுதுகள் கீபோர்டின் கருப்பு வெள்ளைக் கட்டைகளை மீட்டுவது போல சுகமாய் சுருங்குகிறது. ஹெட்செட் மாட்டிக் கொண்டு கேட்கும் நூறு வயலின்களின் வசீகரத்தில் வசமாக சிக்கியிருக்கிறது அவர்கள் காதல். இந்த இடத்தில் தொடங்கும் பாடலின் பல்லவியை,

"அந்தி மழை பொழிகிறது
ஒவ்வொரு துளியிலும்
உன் முகம் தெரிகிறது
இந்திரன் தோட்டத்து முந்திரியே
மன்மத நாட்டுக்கு மந்திரியே" என்று எழுதப்படிருக்கும்.

அவை, அந்த அறைக்குள் உலக அதிசயமே நிகழ்த்தப்பட்டு கொண்டிருந்தாலும், யாருமற்ற தொடர் இருக்கைகளின் ஓரத்து இருக்கையில் அவனுக்காக காத்திருக்கும் அவளுடன் இறுக்கமாக அமர்ந்திருக்கிறது காதல். அவளது கண் முழுவதும் பரவியிருந்தும் ஹைலைட் செய்யப்பட்ட புருவ வளைவுகளுக்குள் சிக்கி கொண்டிருந்தது அவனுக்கான தேடல் என்பது போல அந்த காட்சிகள் விரிந்திருக்கும்.

அதைத்தொடர்ந்து வரும் பாடலின் முதல் சரணத்துக்கு முன்வரும் இடையிசையில் சாரல் மழை போல் வயலின்களை சாமரம் வீச செய்து, மெல்லியதாக இசைக்கப்படும் புல்லாங்குழலில் பன்னீர் தூவியிருப்பார் இசைஞானி. இவைகளுக்குப் பின், தீர்மானத்துடன் தபேலா இசையுடன் சேர்ந்து வரும் ஆலாபானை ராகதேவனின் தேவகானம்.

அந்த ஆலாபனை ராஜாவுக்கு சொந்தமானது என்றாலும், அதை பாடியவர், ராஜாவின் கர்நாடக இசை குருவும், பிரபல மிருதங்க வித்வானுமான டிவிஜி என அழைக்கப்படும், டி.வி.கோபாலகிருஷ்ணன் தான். கண் தெரியாத நாயகனின் விருப்பத்தின் வெளிப்பாடுகள் அவரது குரலின் வழியே அணுஅணுவாக பார்வையாளர்களுக்கு கடத்தப்பட்டிருக்கும்.

வருங்கால இரவுகளின் கதைகளைப் பேசி சிரித்து மகிழ்ந்து அவனை முன்னமர்த்தி மிதக்க எத்தனிக்கும் அவளது ஆசைக்கு தடை போடுகிறது காற்று. அவள் விடவில்லை, இம்முறை அவனும் அவளும் அருகருகே அமர்ந்து அசைந்தாடியபடி கதைகள் தொடர அத்தனையும் கேட்டுவிட ஆவலாய் அவர்களை துரத்துகிறது காற்று. அந்தி சாயும் நேரத்தில், நீல வானம் முழுவதையும் குடித்து சிவப்பை கொப்பளித்திருந்தது கீழ் வானம்.

தொட்டு விடும் தூரம்தான் அவளும் கரையும் என்பதறிந்த அவனது அடி வயிற்றிலிருந்து பிறந்த ஆலாபனை தீர்க்கத்தின் வேகமறிந்து தீப்பிடித்த சூரியன் வெளிச்சம் மங்கி மறைந்து கொள்கிறது. பின் யாருமற்ற நீரோடைகளின் பக்கத்தில் பரவிக் கிடக்கும் பச்சையாய் அவளின் கைகோர்த்து ஆசுவாசமாக காதல் கொள்கிறது. இந்த இடத்தில்

வருகிறது பாடலின் முதல் சரணம். அதனை

"தேனில் வண்டு மூழ்கும்போது
பாவம் என்று வந்தாள் மாது
நெஞ்சுக்குள் தீயை வைத்து
மோகம் என்பாய்
தண்ணீரில் மூழ்கி கொண்டே
தாகம் என்பாய்

தனிமையிலே வெறுமையிலே
எத்தனை நாளடி இளமையிலே
கெட்டன இரவுகள்.. சுட்டன கனவுகள்
ஆஆ.
இமைகளும் சுமையடி இளமையிலே" என்று எழுதப்பட்டிருக்கும்.

அவளுக்கான காத்திருப்புகளில் மரத்தடிகளின் கீழமர்ந்து தியானித்திருக்கும் அவனது மனமுழுக்க புகை போல் பரவி பரவசமடைகிறது அவளது வாசம். ஓடிவந்த வேகத்தில் பின்கழுத்தில் அவள் தந்த அன்பு முத்தத்தின் போதாமை, மறைவிடங்களில் பசுங்கொடி போல் படர்ந்து மலர்கிறது. மணற்பரப்புகளில் சாய்ந்துபடுத்து சலனம் கொள்ளும் அவனைப் பார்த்து சிரிக்கிறது தூரத்து வானம். ரசாயன கிடங்கில் பற்றியெரியும் தீ போன்ற அவளது நினைவில் சுட்டுப் பொசுக்கும் கட்டிலில் ஆழ்ந்த தூக்கத்திலிருந்து திக்கிட்டு எழுந்த அவனையும், மெத்தென்ற பஞ்சுப்படுக்கை முழுவதுமே முள்ளாகி வலிக்க, துடிதுடித்தெழுந்த அவளையும் மோகம் கொள்கிறது காதல். அவளுக்கு வெகு அருகில் அவனும், அவனுக்கு வெகு அருகில் அவளும் இருக்கும்போது பார்வை தெரிந்தால் என்ன? தெரியாவிட்டால் என்ன? இருந்தும் பார்வை பரிசோதனை செய்யும் அவர்களின் முயற்சி தடங்களை இடறி, இடையூறு செய்கிறது காதல். இங்குதான் தொடங்கும் இரண்டாவது சரணத்துக்கு பின்வரும் இடையிசை. கீபோர்ட், கிடார், கோரஸ், வயலின், பெல்ஸ் பயன்படுத்தியிருப்பார். மழை குறித்த பாடல் இது என்பதை அங்கே இசைஞானி நினைவுபடுத்தியிருப்பார். சிறுத்துளியாய் தொடங்கி, பெருமழை போல் விரிவதை தனக்கே உரிய இசை மொழியால், இரண்டாவது சரணம் தொடங்குவதற்குள் வரும் சின்ன இடைவெளியில் நிகழ்த்தியிருப்பார் இளையராஜா.

அவன் மன சுவர் முழுக்க வரைந்து மாட்டப்பட்டிருக்கும் அவளது சித்திரம் இருக்கும் இடம் நோக்கி வணங்கும் அவனது தவிப்பில் ரசித்து

நிற்கிறாள் அவள். வெள்ளை காகிதத்தில் கருப்பால் தீட்டப்பட்ட அத்தனை சித்திரங்களும் அவளுக்கு அவனாகவே தெரிகிறது. மை தீட்டப்பட்ட அவளின் கண்களைப் ஒரே ஒருமுறை பார்த்துவிட்டு பார்வையே பறிபோனாலும் பரவாயில்லை என்ற அவனது எண்ண ஓட்டத்தின் வேகத்தில் மெழுகில் உருகும் திரியாகிறது. பூங்காக்களின் மேல் இணையாக உரசியபடியே சிரித்துக் கொண்டும், சவுக்கு காடுகளில் வேர் விரித்த மரங்களின் இடைவெளிகளையும் இருவரும் இணைந்து புதுப்பிக்கின்றனர். அவளது தூரிகையின் ஸ்பரிசத்தில் தூரத்தில் குடையுடன் நிற்கும் அவன்மேல் காதல் மழை ஓவியமாய் ஊற்றப்படுகிறது என்பதுபோல், இரண்டாவது இடையிசை காட்சிப் படிமங்களாக நமக்குள் பதிந்திருக்கும். தொடர்ந்துவரும் இரண்டாவது சரணத்தை,

"தேகம் யாவும் தீயின் தாகம்
தாகம் தீர நீ தான் மேகம்
கண்ணுக்குள் முள்ளை வைத்து
யார் தைத்தது
தண்ணீரில் நிற்கும்போதே
வேர்க்கின்றது

நெஞ்சு பொறு கொஞ்சம் இரு
தாவணி விசிறிகள் வீசுகிறேன்
மன்மத அம்புகள் தைத்த இடங்களில்
சந்தனமாய் எனை பூசுகிறேன்"
என்று வைரமுத்து எழுதி முடித்திருப்பார்.

காதலுக்கும், காதலர்களுக்கும் ஆடைகள் எப்போதும் அந்நியமானவை. அவள் சொல்லும் போதெல்லாம் கேட்காமல் இருந்துவிட்டால், மீண்டுமொருமுறை அவள் சொல்லிக் கொடுப்பாள் என்று அவனுக்கு தெரிந்திருந்தது. அதற்காக நீச்சல் குளத்திலா? என்ற கூச்சம் அவனோடு சம்மணமிட்டு அமர்ந்துகொள்கிறது. ஏற்கெனவே குளத்தில் குதித்து, தேங்கிக் கிடந்த நீர் முழுவதையும் சூடாக்கி தீமூட்டிய அவள் அவனை தண்ணீருக்குள் இழுத்து குளம் முழுவதையும் தீக்கிரையாக்கி, அவனை ஆரத்தழுவி குளிர்விக்கிறாள். பின் பேசி சிரித்து சேர்ந்து நடக்கும் அவர்கள் கையில் பிடித்திருக்கும் குடைக்குள் சிக்கியிருக்கும் மழை என்பது போன்ற உணர்வை தவறாமல் தரும் இரண்டாவது சரணத்தில் வரும் இசைஞானியின், இசைக்கோர்ப்பு...

17

பூமாலையே தோள் சேரவா...
அனுதினமும் கலை பழகும் காதல்!

கீபோர்ட், கிடார், வயலின், வயோலா, செல்லோ, டபுள் பேஸ், பேஸ் கிடார், புல்லாங்குழல், வீணை, சிதார், மாண்டலின், செனாய், கிளாரிநெட், சாக்ஸோபோன், தபேலா, மிருதங்கம், ரிதம் பேட் என நீண்டுகொண்டேப் போகும் இவைகளின் வடிவங்களும், இசைத்தன்மையும் வெவ்வேறாக இருக்கலாம். இவை அத்தனையும், தங்களது தனித்தன்மைகளை துறந்து, கிளி பிள்ளை போல ஒருவரது கையசைவுக்குக் கட்டுப்படும். அவர்தான் இசைஞானி இளையராஜா. அதிலும் அவரது வயலின்கள் மனதை படுத்தும் பாடிருக்கிறதே? அதை அனுபவித்தால்தான் புரியும்.

1985-ம் ஆண்டு மணிரத்னம் இயக்கத்தில் வெளிவந்த திரைப்படம் 'பகல் நிலவு'. இத்திரைப்படத்தில் 'பூமாலையே தோள் சேரவா' என்றொரு பாடல் இடம்பெற்றிருக்கும். பாடலின் தொடக்க இசையை நினைத்துப் பார்க்கும்போதே, "வயலின்களும் இசைஞானி இளையராஜாவும்" என்று ஓர் ஆராய்ச்சியே செய்யலாம் என்றளவுக்கு வயலின்களுக்கு முக்கியத்துவம் கொடுக்கப்பட்டிருக்கும். இந்தப் பாடலை இளையராஜாவின் சகோதரரும், பாடலாசிரியருமான கங்கை அமரன் எழுதியிருப்பார். ராஜாவுடன் சேர்ந்து ஜானகி அம்மா இணைந்து பாடியிருப்பார்.

ஒரே நேரத்தில் வெவ்வேறு வரிகளை பாடகர்கள் பாடுவது போல அமைக்கப்பட்டிருப்பது இந்தப் பாடலின் இன்னொரு சிறப்பு. இசைஞானி ஒரு வரியை பாடும்போது, ஜானகி அம்மா வேறொரு வரியை பாடிக்கொண்டிருப்பார்.

அவனுக்கான அவளது காத்திருப்புகள் எப்போதும் அலாதியானவை. சந்திக்கும் இடமும், நேரமும் இருவருக்கும் நன்றாக தெரிந்திருந்தாலும், காலதாமதம் காதலில் தண்டனைக்குரிய குற்றமாகிறது. அவனோ, அவளோ தொடுவானத்தின் தூரத்தில் இருந்தால்கூட, சந்திப்பை தவறவிடுவதே இல்லை. தனக்காக அங்கு அவள் காத்திருப்பாள் என்ற ஒற்றை உணர்வு அவனது மனசுக்குள் இறகு முளைக்க செய்கிறது.

சமவெளியற்ற செங்குத்து மலைச்சரிவு முழுவதும் நாயகனின் வருகைக்கு காத்திருக்கும் நாயகியைப் போலவே தனிமையில் காத்து நிற்கின்றன மரங்கள். மரங்களின் மேற்பார்வையில் மலைப்பரப்பு முழுவதும் குறுக்கும் நெடுக்குமாக செழித்து சிரித்திருக்கின்றன செடிகொடிகள். சறுக்குப் பாதையில் வழுக்கி வரும் நாயகனின் மூச்சுக்காற்றிலும், வியர்வைத் துளிகளிலும் கலந்து மணக்கிறது காதல். ஓரிடத்தில் ஆசுவாசப்படுத்திக் கொண்டு, அசட்டை சிரிப்புடன் அவள்முன் வந்து நிற்கிறான். அவனது கலைந்து கிடக்கும் தலைமுடியை சரிசெய்தும், கழுத்தில் இறுக்கிய கைக்குட்டையை வீசியெறிந்தும் அவனை நேர்நிறுத்தி பார்வையால் சீர் செய்கிறாள்.

பாடல் தொடங்கிய முதல் 25 விநாடிகள் மேற்கூறிய தகவல்கள்

அனைத்தையும் மிச்சம் வைக்காமல், வரிவரியாக விவரித்திருக்கும் இந்தப் பாடலின் தொடக்க இசை. அதுவும் வயலின்களின் சீறிப்பாயும் சீற்றத்தை, கீபோர்டும், புல்லாங்குழலும் சேர்ந்து தணிக்கும் தருணத்தில், வீணையும் சிதாரும் சேரும் அந்த அழகான இடத்திலிருந்து மீண்டும் ஒலிக்கத் தொடங்கும் புல்லாங்குழல் இசை அளவில்லா பேரன்பை கொட்டியிருக்கும்.

"பூமாலையே தோள் சேரவா
பூமாலையே
ஏங்கும் இரு தோள்
தோள் சேரவா

ஏங்கும் இரு இளைய மனது
இளைய மனது
இணையும் பொழுது...
இணையும் பொழுது

இளைய மனது.
தீம்தனதீம்தன
இணையும் பொழுது...
தீம்தன...தீம்தன
ஓஓஓ..
பூஜை மணியோசை
பூவை மனதாசை
புதியதோர் உலகிலே பறந்ததே"
என்று பாடலின் பல்லவி எழுதப்பட்டிருக்கும்.

அவளும் அவனும் தனித்துக்கிடக்க பச்சைப் புல்வெளியில் நீல உடை தரித்து வெட்கத்தில் வானம் நோக்கும் காதலை பூ தூவி வாழ்த்துகிறது பக்கத்தில் இருந்த மரம். காதலால் சுற்றிச் சுழலும் அவளைப் போலவே அவனோடு சேர்ந்து சுற்றி வருகிறது பூமி. அவளால் உண்டான காதல் நோய்க்கு அவளே மருந்தென உணர்ந்த காதலன் அவளது கழுத்தில் பதித்த முத்தங்களால் பூத்துக் குலுங்குகிறது மரங்கள். காதலர்களின் கரங்களுக்குள் இறுக்கமாய் மறைந்திருக்கும் காதலை கிளை பரப்பி நின்ற மரம் அவர்களது வழிதோறும் தேடுகிறதாய் காட்சிகள் அமைந்திருக்கும்.

இங்கு தொடங்கும் பாடலின் முதல் சரணத்துக்கு முன் வரும் இடையிசை, ஏன் இவ்வளவு லேட்? நான் எப்போது லேட்டாக வந்தேன்? அப்ப நான் பொய் சொல்றேனா? இல்லை நான் பொய் சொல்றேனா?

என்பது போல் சண்டையிட்டுக் கொள்ளும் வயலின்களின் மேல் வானத்திலிருந்து பூமழைத்தூவி குளிர்விக்கின்றன புல்லாங்குழலும், கிடாரும். அதன்பின் வரும் வீணையின் நாதத்தில் சுகமான கீதமாகிறது இசைக்கருவிகளின் இந்த செல்லச்சண்டை என்பது போல் இசை போர் நிகழ்த்தியிருப்பார் இசைஞானி இளையராஜா.

அவளுக்குத் தெரியாமல் செய்து முடிக்கப்படும், எந்த தவறையும் எளிதில் ஒப்புக் கொள்ளச் செய்துவிடும் அவளது கண்கள். தண்டனைகள் பார்ப்பதற்கு கடினமாக இருந்தாலும், பூக்களின் தாக்குதல் சுகமானதுதானே. இருவரது காதலால் பூப்பெய்திய வானம் மழைத் தூவி வாழ்த்துகிறது. குடைபிடித்து நகரும் அவர்களின் பாதையில் படிகளாய் நீண்டு, துள்ளி குதித்து மகிழ்ச்சி கொள்கிறது மழை. அவனுடன் கழிக்கும் காதல் பொழுதுகளை மறக்காமல் நினைந்திருக்க வானத்தின் சாட்சியாக படம் பிடித்து மாட்டிக்கொள்கிறது மனது என்பதைப் போலத்தான் இந்த இடையிசையை காட்சிகள் நிரப்பியிருக்கும்.

“நான் உனை
நினைக்காத நாளில்லையே
தேனினைத் தீண்டாத பூ இல்லையே
லலலா.

நான் உனை
நினைக்காத நாளில்லையே...
என்னை உனகென்று கொடுத்தேன்
தேனினைத் தீண்டாத பூ இல்லையே...
ஏங்கும் இளம் காதல் மயில் நான்

தேன் துளி பூவாயில்
லலலா.
பூவிழி மான் சாயல்
லலலா.
தேன் துளி பூவாயில்
லலலா.
பூவிழி மான் சாயல்

கன்னி எழுதும்
வண்ணம் முழுதும்
வண்டு தழுவும்
ஜென்மம் முழுதும் (2)

நாளும் பிரியாமல்
காலம் தெரியாமல்
கலையெல்லாம் பழகுவோம்
அனுதினம்.."
என்று பாடலின் முதல் சரணம் எழுதப்பட்டிருக்கும்.

தூரத்து வானுயர்ந்த மலைகள், மரங்கள், பாறைகள், காய்ந்த சருகுகளின் மேல் அவனோடு நீட்டிப்படுத்து காத்திருக்கிறது அவளுக்கான காதல். அவளைக் கண்ட அடுத்த கணமே அந்த தனிமையின் ஏக்கம் முழுவதும் பறந்து போகிறது. காதலனின் தோள் தொற்றி, முகம் பார்த்து ரசித்து சிரிக்கும் பொழுதுகளில் கடினமான பாறைகள் மெத்தைப் போல இலகுவாகி மிதக்கின்றன. யாருமற்ற சமவெளிகளின் தனித்து நிற்கும் மரங்களில் சாய்ந்து பரிமாறிக் கொண்ட காதலின் சுகத்தில் அவன் நெஞ்சணைத்து இளைப்பாறுகிறது காதல். புடவைக் கட்டிய பட்டாம்பூச்சியான அவளை அவன் தூக்கிச் சுமக்கும் தருணங்களை தவறவிட விரும்பாத தாவரங்கள் பச்சையாய் தழைத்து தலை நீட்டுவது போல் ராகதேவனின் இசை காட்சிகளாய் பதிவு செய்யப்பட்டிருக்கும்.

அவனோடு கைப்பிடித்துக் கடக்கும் போதெல்லாம் அவளுக்கு கடல், ஓடை போல் சுருங்கி விடுகிறது. அவர்கள் ஓடி விளையாடி காதல் கொள்வதை மீண்டும் மீண்டும் பார்க்க வருகின்றன அலைகள். தூர வானத்தின் நீல மேகமும், சிவப்பு சூரியனும், கடலோரத்தில் காதல் கொள்ளும் அவர்களின் பேச்சுக்களைக் கேட்டு ரசிக்கின்றன. முறிந்த கிளைகளின் மேலமர்ந்து காதல் கொண்ட நாட்களில் மஞ்சள் சூரியனும் இவர்களை ரசிக்க தவறியதில்லை என்பது போல் அமைந்திருக்கும் இரண்டாவது சரணத்துக்கு முன்வரும் இடையிசையை ராகதேவன் தொடக்கத்தில், கிடார், கீபோர்ட் கொண்டு இதமாக மீட்டியிருப்பார். சிறிய இடைவெளிக்குப் பின், மீண்டும் வயலின்கள் சிறகு விரித்து பறக்கத் தொடங்கும். அதன்பின் மீண்டும் வீணை மீட்ட சுகமாக செதுக்கி இசை மொழியை வார்த்திருப்பார் இளையராஜா.

"கோடையில் வாடாத
கோவில் புறா...
ராவில் தூங்காது ஏங்க..
காமனை காணாமல்
காணும் கனா...
நாளும் மனம்
போகும் எங்கோ

விழிகளும் மூடாது
லலலா
விடிந்திட கூடாது
லலலா
விழிகளும் மூடாது...
லலலா
விடிந்திட கூடாது

கன்னி இதயம்
என்றும் உதயம்
இன்று தெரியும் இன்பம் புரியும்

காற்று சுதி மீட்ட
தாளம் நதி கூட்ட
கனவுகள் எதிர்வரும்
அனுபவம்"

என்று சிக்கனமான சொற்களால் பரந்து விரிந்த காதல் வெளியை கட்டுப்படுத்தி கையாண்டிருப்பார் கங்கை அமரன்.

ஆடை உடுத்திய ஐம்புலன்களின் அறுஞ்சுவை அவளென்று அவனுக்கு தெரியும். இதை எப்படியோ தெரிந்து கொண்ட நீரோடை அவர்களை இன்னும் இணக்கமாக்குகிறது. சற்று நேரத்தில் காதல் தீயின் வெப்பம் தாங்காத நீரோடை முழுவதும் கொதித்து தகிக்கிறது. விலகிச் சென்றால் தீயாய் சுடும், அருகில் சென்றால் உறைந்துருகும் அதிசய தீ அவள். கண்களில் பரிமாறப்பட்ட சங்கேத கோடுகளை புரிந்துகொண்டு அவளுக்கு மிகஅருகில் அமர்ந்து கொண்ட காதல், குளிரில் தீ காய்கிறது, என்பதை ராஜாவின் இசை விவரித்திருப்பதை, இன்னும் ஆயிரம், லட்சம், கோடி முறை வேண்டுமானாலும், கேட்டுக் கொண்டேயிருக்கலாம்...

18

என்னுள்ளில் எங்கோ ஏங்கும் கீதம்...
ஆட்சேபனைகள் இல்லாத அன்புதான் காதல்!

இசைஞானி இளையராஜாவின் இசையில் வெளிவந்த பாடல்களில், பெண் பாடகர்கள் பலரும் காலத்தால் அழிக்க முடியாத பல பாடல்களை பாடியுள்ளனர். அந்த வரிசையில் இந்திய அளவில் தனது தெய்வீக குரலால் பலரது மனங்களை ஈர்த்தவர் வாணி ஜெயராம். இசை ஞானியாரின் இசையில் அவரும் பல பாடல்களை பாடியுள்ளார். கடல் கடந்து வாழும் கோடிக்கணக்கான தமிழ் இசை ரசிகர்களின் இதயத்துக்கு நெருக்கமான நாஸ்டால்ஜி பெட்டகத்தின் பொக்கிஷப் புதையல்தான் இந்தப் பாடல்.

1979-ம் ஆண்டு இயக்குநர் தேவராஜ் -மோகன் இயக்கத்தில் வெளிவந்த 'ரோசாப்பூ ரவிக்கைக்காரி' திரைப்படத்தில் இடம்பெற்ற 'என்னுள்ளில் எங்கோ ஏங்கும் கீதம்' பாடல்தான் அது. பாடலை கங்கை அமரன் எழுதியிருப்பார். கங்கை அமரன் தனது எழுத்தின் மூலம் முத்திரைப் பதித்த பாடல்களில் இந்தப் பாடலும் ஒன்று.

காதலிலும் யுத்தத்திலும் மீறலென்ற எந்த வரையறையும் இருப்பதே இல்லை. அதிசயங்கள் நிறைந்த அவள் குறித்த நினைவுகளின் தேக்கத்தில் அவனைப் போலவே கூவுவதை மறந்திருந்தது சேவல். இலகுவான எடையுடைய எப்போதும் எச்சரிக்கையுணர்வுடன் இருக்கும்

பெட்டை கூவ மறந்த சேவலைத் தேற்ற வருகிறது. வந்த இடத்தில் ஒன்றையொன்று பார்வையால் ஈர்த்து நிற்கின்றன. நீலம் போர்த்திய வானம் பார்த்திருக்க, வேறு யாரும் பார்த்துவிடுவதற்குள் அந்த இடத்தை வேகமாய் கடக்கும் வாகனம் ஒன்றின் பின்னமர்ந்திருந்துச் செல்லும் அவளோடு சேர்ந்து பயணிக்கிறது காதல். திறந்து கிடந்த வானமும், உயர்ந்த நின்ற மரங்களும் கிசுகிசுத்துப் பேசிக்கொள்ள ஒழுங்கற்ற பாதைகளில் உருண்டோடி உரசிக் கொள்கிறது காதல்.

சமூக ஊடகங்களில் புதிதாக பதிவிட்ட போஸ்ட்டுக்கு மெல்ல மெல்ல வரும் லைக்கும், ஹார்டினும் தரும் ரகசியப் புன்னகை போலத்தான், இந்தப் பாடலின் தொடக்க இசையை கிடாரிலிருந்து மென்மையை விட மிருதுவாக தொடங்கியிருப்பார் இசைஞானி. நேரம் செல்ல செல்ல, அந்த போஸ்ட்க்கு வரும் நூற்றுக்கணக்கான ரெஸ்பான்ஸ்களின் போது ஏற்படும் ஆனந்த துள்ளல் போலத்தான், கிடாருடன் வந்து சேர்ந்திருக்கும் அந்த வயலின்கள், எமோஜிகளை கூடையில் அள்ளி மேலே கொட்டியது போல், வயலின்களுடன் பெல்ஸ் சேரும்போது, வரும் புல்லாங்குழல் இசை, ஆயிரக்கணக்கான லைக்குகளையும், ஹார்டின்களையும் மனசெல்லாம் அப்பிக்கொண்டது போலத்தான் அமைக்கப்பட்டிருக்கும்.

"என்னுள்ளில் எங்கோ
ஏங்கும் கீதம்
ஏன் கேட்கிறது ஏன் வாட்டுது
ஆனால் அதுவும் ஆனந்தம்"

என்று பாடலின் பல்லவி எழுதப்பட்டிருக்கும்.

நிர்ப்பந்தங்கள் ஏதுமின்றி நீண்டு செல்லும் பயணத்தில் அவளுடைய கனத்த மவுனத்தில் கலந்திருக்கிறது காதல். கடந்து செல்கின்ற மரங்களும், செடிகளும், குடிசைகளும், வீடுகளும் அவளைத்தான் பார்க்கிறதென்ற அச்ச உணர்வை அசைத்து சரி செய்கிறது பாதை. மண்சாலைகளைக் கடந்து மேடேறும் திருப்பங்களில் அனிச்சையாய் அவன் இடையணைத்து தோள் சாயும் அவளது காதலில் ஆட்சேபனைகள் எதுவும் இருக்கவில்லை என்பது போலத்தான் காட்சிகள் அமைக்கப்பட்டிருக்கும்.

முதல் சரணத்துக்கு முன் வரும் அந்த இடையிசையும் இதேபோலத்தான், வயலின்களின் வசீகரத்தோடு லேசாக தொடங்கி சென்றுகொண்டிருக்கும். அத்தருணத்தில் ஒரு சின்ன இடைவெளிக்குள் வரும் புல்லாங்குழலின் இசை பாடல் கேட்பவர்கள் அத்தனை பேரையும் மயக்கத்தில் ஆழ்த்தி தலையாட்ட வைத்துவிடும். அதன்பின் மீண்டும் வயலின்களைக் கொண்டே மயக்கத்தில் இருந்த நம்மை தெளிய வைத்திருப்பார் இசைஞானி.

யாரும் பார்த்திருக்கவில்லையென அவர்கள் திருப்தியுறும் நேரத்தில், இருசக்கர வாகனத்தின் கண்ணாடி வழியே வந்து சிரிக்கிறது வானம். தார் சாலையைப் பிடித்து தப்பிக்க நினைக்கும் தருணத்தில், வானத்தைப் போலவே நிலம்தோறும் பரவிக்கிடக்கும் அழகான மலைத்தொடரின் வனப்பு அவர்களை வரவேற்று மகிழ்கிறது. தூரத்தில் தெரியும் அந்த அழகான இடத்துக்கு செல்ல அவள் மறுக்காமல் சென்றதால், வழக்கமாக அழகாக மட்டுமே இருக்கும் அவ்விடம் அவளது வரவால் இன்னும் அழகாகிவிடுகிறது அவனுக்கு... என காட்சிகளை சீர்பிரித்து காட்டியிருக்கும் ராகதேவனின் இசை.

“என் மன கங்கையில் சங்கமிக்க
சங்கமிக்க பங்கு வைக்க
பொங்கிடும் பூம்புனலில்
ஆஆ...ஆஆ.ஆஆஅஆஆ
பொங்கிடும் அன்பென்னும் பூம்புனலின்
போதையிலே மனம்
பொங்கி நிற்க தங்கி நிற்க
காலம் இன்றே சேராதோ”

என்று பாடலின் முதல் சரணம் எழுதப்பட்டிருக்கும்.

அவன் கைநீட்டி விவரிக்க அவளோடு சேர்ந்து நீலக்கூரையும் பச்சை மண் முகடுகளும் நேசத்தைப் பரிமாறிக் கொள்கின்றன. அவ்விடத்தில்

அந்நியர்களின் வருகையால் நிசப்தம் கொள்கிறது காற்று. அருகருகே இருக்கும்போது அழகாகி, அனலாகிறது காதல். காதலின் வெக்கை வேர் விரிந்த மரத்தை நிழல் மறக்கச் செய்துவிடுகிறது. நேருக்கு நேர் பரிமாறக் கொண்ட பார்வையின் அர்த்தம் புரிந்ததால், வந்த வெட்க சிரிப்பில் சிவந்து பூக்கிறது சாமந்திப் பூக்கள் என்பது போல் காட்சிகள் விரிந்திருக்கும்.

இரண்டாவது சரணத்துக்கு முன்வரும் இடையிசையும், மழைக்காலங்களில் பொழியும் பனிச் சாரலைப் போல, வயலின்களும், மற்ற இசைக்கருவிகளும் சேர்ந்து நம்மை உருக வைத்திருக்கும். அதனைத் தொடர்ந்து தபேலாவுடன் சேரும் வீணை உருகி நின்ற நம் மனங்களை உறைய வைத்திருக்கும்.

இந்தப் பாடல் முழுவதும் பல இசைக்கருவிகளை ராகதேவன் இளையராஜா பயன்படுத்தியிருந்தாலும், பாடலில் வாசிக்கப்படும் தபேலாவின் வாசிப்பு முறை நம் நெஞ்சங்களிலிருந்து என்றுமே நீங்காதவை. இசைஞானியிடம் வெகு காலமாக தபேலா இசைக் கலைஞராக இருந்தவர்களில் மூத்த இசைக் கலைஞர்கள் ஐயா கண்ணையா மற்றும் பிரசாத் முக்கியமானவர்கள். இவர்கள் இருவருமே இறைவனடி சேர்ந்துவிட்டாலும், இசைஞானி இளையராஜாவின் இசையில் இவர்கள் நாதத்தில் உருவான பாடல்கள் என்றும் நம்மோடு வாழ்ந்து வருபவை.

"மஞ்சளைப் பூசிய மேகங்களே
மேகங்களே மோகங்களே
மல்லிகை மாலைகளே
ஆஆ...ஆஆ.ஆஆஅஆஆ
மல்லிகை முல்லையின் மாலைகளே
மார்கழி மாதத்து
காலைகளே சோலைகளே
என்றும் என்னைக் கூடாயோ"
என்று இரண்டாவது சரணம் எழுதப்பட்டிருக்கும்.

இருவருக்குமான குறைவான இடைவெளி முழுவதையும் இறுகப் பற்றி நிரப்பிக் கொள்கிறது காற்று. அவனோடு பின்னிருக்கையில் அமர்ந்து பயணிக்கும் போதெல்லாம் அவளுக்கு நேரங்காலம் தெரிந்திருப்பது இல்லை. வெளிச்சம் குறைய குறைய அதிகரிக்கத் தொடங்குகிறது காதல். தெரியாத பாதையில் நடக்கிறோம் என்பது

தெரிந்து வேகம் கொள்ளும் அவளுக்கு நன்றாகத் தெரியும், தடுக்கினால் அவன் தாங்கிக் கொள்வான் என்று. அவள் மீதான அவனது காதலின் கனத்தை அறிந்துகொள்ள தடுக்கி விழுவதைத் தவிர அவளுக்கும் வேறு வழி தெரிந்திருக்கவில்லை. இம்முறை அவளது தவிப்புடன் கூடிய வெட்கம் கத்தரிப்பூ நீலத்தில் சிரிக்கிறது.

அவன் கரம்பிடித்தபடி நகரும் அவளது காதலால் ஆசை தீப்பற்றிக் கொண்ட வான்மேகங்கள் மஞ்சள் பூசி மகிழ்கின்றன. புனிததன்மையை காக்க மறைவிடங்களுக்குள் மறைந்து கொள்ளும் எல்லா காதலைப் போலவும் இவர்களது காதலும் ராஜாவின் ராஜகீதத்தால், சஞ்சாரம் கொள்கிறது.

19

மெட்டி ஒலி காற்றோடு...
பார்வை பட்ட காயம் பாவை தொட்டு காயும்!

இசைஞானி இளையராஜாவின் ரசிகர்களில் பல வகை உண்டு. சிலருக்கு அவருடைய தனிப்பாடல்கள் பிடித்திருக்கும். ஒரு சிலருக்கு அவரது இசையில் குறிப்பிட்ட பாடகர் அல்லது பாடகி தனியாகவோ, ஜோடியாகவோ சேர்ந்து பாடிய பாடல்களைப் பிடிக்கும். இன்னும் சிலருக்கு ராஜாவின் குரலில் வந்த சோகப் பாடல்கள், பலருக்கு காதல் பாடல்கள், அவரது பக்திப் பாடல்கள் என்று சொல்லிக்கொண்டே போகலாம். இந்த அனைத்து வகையான ரசிகர்களின் ரசனைக்கு ஏற்றபடி, வகைவகையான பாடல்களைத் தந்தவர் இளையராஜா. அப்படி எப்போது கேட்டாலும் மனத்தின் அகம் நுழைந்து ஆட்சி செய்யும் ஒரு பாடல்தான் இது.

கடந்த 1982-ம் ஆண்டு இயக்குநர் மகேந்திரன் இயக்கத்தில் வெளிவந்த மெட்டி திரைப்படத்தில் இடம்பெற்ற 'மெட்டி ஒலி காற்றோடு' என்ற பாடல். வாழ்வியல் யதார்த்தங்களை திரையில் செதுக்கிய இயக்குநர் மகேந்திரனின் திரைப்படங்களுக்கு இசைஞானியின் இசை அதிசயங்களை நிகழ்த்தியிருக்கும். யதார்த்த மனிதர்களின் வலிகளை இசைவழியே கடத்தும் ஆற்றலைக் கொண்டது ராஜாவின் இசை. இந்தப் பாடலை இளையராஜா பாடியிருப்பார், அவருடன் சேர்ந்து தனது

மயக்கும் குரலால் கோரஸ் மட்டும் பாடியிருந்தாலும், பாடல் கேட்கும் போதெல்லாம் நம்மை மயக்கத்தில் ஆழ்த்தியிருப்பார் ஜானகி அம்மா. இந்தப் பாடலை கங்கை அமரன் எழுதியிருப்பார்.

இந்தப் பாடலை, எப்போது கேட்டாலும், தொடக்கத்தில் பழைய ரெக்கார்ட் பிளேயரில் இருந்து வரும் ஒருவிதமான ஒலி (Noise) இருந்து கொண்டேயிருக்கும். இப்பாடலின் தொடக்கத்தில் நா நநநநநநநந என்று ஜானகி அம்மமா பாடத் தொடங்கும்போதே, இசைஞானியும் சேர்ந்து ஆஆஆஆஆஆ என்று ஆலாபனை செய்து கொண்டிருப்பார். மலையருவி ஒன்று நம் மனங்களில் முழுவதுமாய் கொட்டித் தீர்த்தற்கு இணையான சுகமது. ஹம்மிங் முடிந்த கனத்தில், கிடார், கீபோர்ட், பெல்ஸ் சேர்ந்து நம்மை ஒரு உன்னத நிலைக்குக் கொண்டு சென்றிருக்கும்.

விடியலுக்கு முன் கருத்துக்கிடந்த வானத்தின் மேகத்திட்டுக்களைப் போலத்தான், அவளது மனத்திலும் மூப்படைந்த மகள்கள் குறித்த கனவுகளும் கற்பனைகளும் தொக்கி நின்றன. ஒடுக்கி வைப்பதையே ஒழுக்கமென்ற கற்பிதங்களுக்குக் கட்டுப்படாமல் அலையலையாகப் படையெடுக்கிறது கடல். தூரக்கடலின் ஈர மணலில், மணல் வீடு கட்டி மகிழ்ச்சியைக் குழைத்துக் கொள்கிறது மனது. ஒரு தாயும், மண வயதை எட்டிய இரண்டு மகள்களும் கடற்கரைப் பரப்பில் குழந்தைகளாய் மாறிச் அன்புச் சண்டையிட்டுக் கொள்வதைக் கண்டு ரசிக்க சூரியனை கைப்பிடித்துக் கூட்டி வருகிறது கடல். உலகின் சரிபாதி சமூகத்தின் சந்தோஷ சங்கமத்தில் சிவந்த சூரியன், இந்த மூவர் மீதும் பட்டதால் இன்னும் கொஞ்சம் கூடுதலாய் மஞ்சளாகிறதோ என்பது போன்ற உணர்வைத்தான் ராஜாவின் தொடக்க இசை பாடல் கேட்பவர்களுக்கு தந்திருக்கும்.

> "மெட்டி ஒலி காற்றோடு
> என் நெஞ்சை தாலாட்ட
> மெட்டி ஒலி காற்றோடு என் நெஞ்சை தாலாட்ட
> மேனி ஒரு பூவாக மெல்லிசையின் பாவாக
> மேனி ஒரு பூவாக மெல்லிசையின் பாவாக
> கோதை மலர் பூம்பாதம் வாவென்னுதே"

என்று பல்லவி எழுதப்பட்டிருக்கும்.

எதிர்ப்பாற்றல் மழுங்கடிக்கப்பட்ட தங்கள் மீது சுமத்தப்பட்ட பழிகளுக்கு முரணாக தலைகீழாக சுமக்கப்படுகிறது குடங்கள். முப்பெரும் பெண்மையின் முரண் எதிர்ப்பு முன்னெடுப்புக்கு பச்சைக்

கொடிக்காட்டி பாசத்தை பகிர்ந்துகொள்கிறது பசுஞ்செடிகள். பேசவும், சிரிக்கவும் விதிக்கப்பட்ட தடைகளை தகர்த்து, சத்தமாக இன்னும் சத்தமாக அவர்களோடு பேசி சிரித்து மகிழ்கின்றன தாவரங்கள். விரும்பியவற்றை உண்டு ரசித்து நடக்கும் அவர்களது பாதைதோறும் பச்சைப் புல்வெளி தழைத்தோங்கி செழிக்கிறது. சுகமான சுமையான தங்கையை தூக்கி மகிழும் அக்காக்களின் அன்பு அளவற்றது. இந்தப் பாசப் பிணைப்பினத் தாங்கிக் கொள்ள முடியாத நிலமகள் அவர்களது காலடித் தடுக்கி, விழச்செய்து அழவைத்து ரசிக்கிறது என்பது போலத்தான் பாடலின் பல்லவிக்கான காட்சிகளாய் திரையில் விரிந்திருக்கும்.

பாடலின் முதல் சரணத்துக்கு முன் வரும் முதல் இடையிசை, ராகதேவனின் தனிமுத்திரைப் பதிக்கும் ஒற்றை வயலின்தான். மயிலிறகை விட மென்மையாக மெல்ல, மெல்ல பாடல் கேட்பவர்களின் மனங்களை வருடிச் சென்று, புல்லாங்குழலுடன் சேரும் இடத்தில் ஆன்மா திருப்தி கொள்ளும். பின் இவைகள் இரண்டும் சேர்ந்தோடி கீபோர்ட், கிடார், வயலின்களோடு சேரும் இடத்தில் பெருந்தவத்தின் பேரானந்தத்தை எட்டும்.

வடக்கத்திய பெண் போன்ற தோற்றமளிக்கும் ஒருத்தி வெறுங்கையால் இசைத்து மகிழ வயலின் கம்பிகள் உயிர் பெறுகின்றன. மூன்று பெண்களின் கலப்படமற்ற அன்பு புன்னகையில் மீண்டும் மீண்டும் பூத்து பூரிக்கிறது ஒற்றை வயலின். ஒரு தாயும் இரு மகள்களும் பேசிக் கொள்வதைக்

கேட்டு மகிழ்ந்ததால் விரவிக் கிடந்த புல்வெளிகள் மீண்டும் துளிர்த்துக் கொள்கின்றன. அக்காக்கள் உடனான சண்டையில் அடிவாங்கியும், அடிகொடுத்தும் திமிர் கொள்ளும் தங்கைகள் பாக்கியசாலிகள். நீளக்கடல் முழுவதும் ஓடிக்கடக்க எத்தனிக்கும் அவர்கள் ஓரிடத்தில் விளையாடி மகிழ, எல்லா அலைகளையும் அங்கேயே அனுப்பி மகிழ்கிறது கடல், எனும் வகையில் முதல் சரணத்துக்கு முன்வரும் இடையிசைக்கு தகுந்தாற்போல் காட்சிகள் விவரிக்கப்பட்டிருக்கும்.

அங்கிருந்து ராஜா தொடங்குவார் பாடலின் முதல் சரணத்தை,

“வாழ் நாளெல்லாம் உன்னோடுதான்
வாழ்ந்தாலே போதும்
வாழ்வென்பதின் பாவங்களை
நான் காண வேண்டும்
நாளும் பல நன்மை காணும் எழில் பெண்மை
பூவை வைத்த பூவாசம் போதை கொண்ட உன் நேசம்
தென்றல் சுகம் தான் வீசும் தேடாமல் சேராதோ”
என்று எழுதப்பட்டிருக்கும்.

சிறுமுள் தைத்ததை பகடி செய்யும் இளையவளின் கேலி, மூத்தவளை கோபம் கொள்ளச் செய்கிறது. வலிய திணிக்கப்பட்ட கண்மூடி பழக்கங்களின் மீது மெல்லிய காற்று நிரப்பிய சைக்கிளின் மீதமர்ந்து பயணிக்கும் அவளுடன் எதிர்ப்பாற்லும் சேர்ந்தே பயணிக்கத் தொடர்கிறது. அவளது துணிச்சல் குறித்த கவலையிலும், அச்சத்திலும், அவள் பயணிக்கும் திசைநோக்கி பார்த்திருக்கச் செய்கிறது. செல்லமான சகோதர சண்டைகளின் சத்தத்தில், சவுக்கு காடுகளின் பேரமைதி இரைச்சலுக்கு உள்ளாகிறது. அங்கிருந்துதான் தொடங்கும், பாடலின் இரண்டாவது சரணத்துக்கு முன்வரும் இடையிசை.

ஜானகி அம்மாவின் குரலில் வரும் கோரஸ் இந்த இடத்தில் அதிஅற்புதமான ஆச்சரியங்களை நிகழ்த்தியிருக்கும். அதுவும் துருது துத்தா துருது துத்துத்தா என்று பாடும் இடங்களில் எல்லாம் ஜானகி அம்மா விவரிக்க முடியா வண்ணம் மாயங்களை நிகழ்த்திக் கொண்டே சென்றிருப்பார்.

ஆதிக்கத்தின் கையிலிருந்து சாமான்யர்களின் கைக்கு மாறிய குடையும், வீட்டு வேலைகளின் நிரந்தரச் சின்னமான குடமும் காற்றில் பறந்து வருகின்றன. பாரபட்சம் இல்லாத தங்கள் அம்மாவின் மீது பூமழைத் தூவி மகிழ்கிறது மகள்களின் மனது. பூமழைத் தூவலை

கண்கொத்திப் பார்க்கும் வானத்தின் பார்வையிலிருந்து மறைத்து முயன்று தோற்று சிரிக்கிறது குடை. தாயின் காலடி சுடுமணல்பட்டு நோகா வண்ணம் செயற்கை நிழலைக் கொண்டு வர முயற்சிக்கின்றன மகள்களின் கையிலிருந்து நீளும் குடைகள்.

வெள்ளிக் குடத்தின் பிரதிபலிப்பில் நெற்றிப் பொட்டை சரிசெய்து கொள்ளும் இளையவளின் முகம் பார்த்து மகிழ்வுறுகிறது வானம். எதையோ கொரித்தபடி நடந்து செல்லும் மூத்தவளின் முகம் பார்க்க, முன் விழும் அவளது தலைமுடி, திரும்பிச் செல்ல மனமின்றி மயங்கி சரிந்து கிடக்கிறது. இறகுகள் முளைத்த கோழிகளுக்கு இரை ஊட்டி மகிழ, இனிதாய் கரைகிறது காலம் என்பது போல் அந்த இரண்டாவது இடையிசையை இசைமொழி பேசியிருக்கும்.

"பெண் முல்லையே என் கண்மணி
ஊர்கோல நேரம்
பொன் காலடி படும் போதிலே
பூந்தென்றல் பாடும்
பார்வை பட்ட காயம்
பாவை தொட்டு காயும்
எண்ணம் தந்த முன்னோட்டம்
என்று அந்த வெள்ளோட்டம்
கண்ட பின்பு கொண்டாட்டம்
கண்டாடும் என் நெஞ்சம்"
என்று எழுதப்பட்டிருக்கும்.

அம்மா மீது தெரியாமல் பட்டுவிட்ட அடியால் பதறி துடிக்கிறது மனது. கண்ணைக் கட்டிக் கொண்டு குடங்களைச் சுமந்து, கீழே இடறிய தருணங்கள் அம்மாவும் அக்காவும் பார்த்து சிரிப்பதை அவனது வெட்கம் மறைத்துக் கொள்கிறது. பரந்த கிடந்த அந்த வெளி முழுவதும், பரந்து கிடந்த அம்மூவரின் ஆனந்த சிரிப்பில் வானம் வசப்படுகிறது. அந்த வனம் முழுவதும் மனம் குளிர, தலைசூட வாங்கிய பூவை பெண் சிலையொன்றின் காதில் சூடிப்பார்த்து மகிழ்வுறுகிறது. இந்த மூவரையும் நாள் முழுவதும் பார்த்து ரசித்து, திரும்பிச் செல்ல மனமின்றி அங்கேயே தங்கிவிடுகிறது கடல். இப்படித்தான் இந்தப் பாடலும் ராஜாவின் இசையும் குரலும் கலந்து நம்மை ஈர்த்திருக்கும்...

20

மௌனமான நேரம்...
தனிமையோடு பேசும் கனவு கண்டு கூசும் காதல்!

1983-ம் ஆண்டு இயக்குநர் கே.விஸ்வநாத் இயக்கத்தில் வெளிவந்த 'சலங்கை ஒலி' திரைப்படத்தில் இடம்பெற்ற அனைத்துப் பாடல்களுமே இசைஞானி இளையராஜாவின் மேஸ்ட்ரோ டச் கொண்டவை. அதிலும் குறிப்பாக, 'மௌனமான நேரம் இளமனதில் என்ன பாரம்' பாடல் ராஜாவின் தேவகானம். இந்தப் பாடலும், இளையராஜா - வைரமுத்து காம்போவில் உருவான ஒரு கிளாசிக்கல் ஹிட். பாடலை எஸ்பிபியுடன் இணைந்து ஜானகி அம்மா பாடியிருப்பார். பாடலை ஆ.ஆ.ஆ.ஆ.ஆ.ஆ.ஆ என்ற ஹம்மிங் உடன் ஜானகி அம்மா ஆரம்பித்து, மௌனமான நேரம் இளமனதில் என்ன பாரம் என்று மெல்லியக் குரலில் பாடியிருப்பார், அதுதரும் இதமான சுகத்துக்கு நிகரேது.

புதுமணத் தம்பதிகளை உள்ளனுப்பி தாழிட்டபோது உரசிக் கொண்ட அவர்களது கைப்பட்டு இறுகிப் போகிறது கதவுகள். அவள் வரும்பாதை என்பதையறிந்தே, தெரியாமல் அவ்வழியே செல்வது போல பாவனைக் காட்டியது அவனது கால்கள். அவள் கண்கண்ட மறுகணத்தில் அவனோடச் சேர்ந்தே மண்ணில் கவிழ்கிறது அவன் மனது. பதறி, சிதறியபடி பாதி வழியில் கால்கள் வேறு திசை நோக்கி நகர்ந்தாலும்,

அவளைப் பார்த்த இடத்திலேயே இன்னும் நின்று கொண்டிருக்கிறது அவனது கண்கள். இருளில் தட்டித்தடவிப் பார்ப்பதுபோல கலை வண்ணத் தேரின் சக்கரத்தின் அச்சைப்பிடித்து ஆசுவாசப்பட்டுக் கொள்கிறது அலைபாய்ந்த மனது. நிலைநின்ற தேரின் ஓரமாய் அவனமர்ந்த நேரத்தில் வந்து சேர்ந்த அவளும் அதையேச் செய்து தோற்றுப்போகிறாள். அக்கணத்தில் இருவரும் பரிமாறிக் கொண்ட பார்வை பரிமாற்றத்தில், உயிர் பெற்ற கல் தேர் அவர்களைச் சுற்றி உலா வருகிறது என்பதைப் போல, பாடலின் தொடக்க இசைக்கும், பல்லவிக்குமான காட்சிகளும் விரிந்திருக்கும்.

"மௌனமான நேரம்
இள மனதில் என்ன பாரம்
இது மௌனமான நேரம்
இள மனதில் என்ன பாரம்

மனதில் ஓசைகள்
இதழில் மௌனங்கள்
மனதில் ஓசைகள்
இதழில் மௌனங்கள்
ஏன் என்று கேளுங்கள்"
என்று பாடலின் பல்லவி எழுதப்பட்டிருக்கும்.

கவிதைப் போன்ற இவ்வரிகளின் அமைதியைக் குலைக்க விரும்பாத இசைஞானி கிடார், கீபோர்ட், புல்லாங்குழல் போன்ற குறைவான கருவிகளை மட்டுமே பயன்படுத்தியிருப்பார்.

அவளது கூர்தீட்டிய பார்வையால், அதுவரை அவனறிந்திருந்த எல்லாமே தலைகீழாகிறது. கதவை திறப்பதும்கூட அவனுக்கு மறந்துப்போகிறது. செல்போன் அலைவரிசைப் போல வளைந்திருந்த அவளது மைத்தீட்டிய புருவ வளைவுகளின் வீச்சில் இறுக்கிக் கொண்ட கதவுகளைப் போலாகிறது அவன் மனது. ஒருவழியாக கதவைத் திறந்து வீட்டினுள் செல்லும் அவர்களுடன் சேர்ந்தே பயணிக்கிறது நிழல். மாடிப்படிகள் மீதேறும் அவளுக்கு வழிவிட்டு ஒதுங்கி நின்று, அவனது வரவா என்ற கண்வழி கேள்விக்கு பதில் சொல்ல முடியாமல், அவளது நிழல் மட்டும் அங்கேயே நின்றுவிடுகிறது. அவனது ஸ்பரிசத்தின் தகிப்புத் தலைக்கேற, வெப்பத்தில் கொதிக்கிறது குளியலறை. உலை நெருப்பில் தணல்பட்டு உருகி கரைந்த சோப்பின் நுரையெங்கும் வீசி மணக்கிறது அவன் வாசம். காதல்சூழ் குளியலறையில் அவனது நினைவுகள் முழுவதையும் மேனியெங்கும் பூசி மகிழ்கிறது அவள் மனம் என்ற வகையில் பாடலின் முதல் சரணத்துக்கு முன்வரும் இடையிசை மற்றும் முதல் சரணத்துக்கான காட்சிகள் இடம்பெற்றிருக்கும்.

“இளமைச் சுமையை மனம் தாங்கிக்கொள்ளுமோ
குழம்பும் அலையை கடல் மூடிக்கொள்ளுமோ
குளிக்கும் ஓர் கிளி, கொதிக்கும் நீர் துளி
குளிக்கும் ஓர் கிளி, கொதிக்கும் நீர் துளி
ஊதலான மார்கழி
நீளமான ராத்திரி
நீ வந்து ஆதரி”
என்று முதல் சரணம் எழுதப்பட்டிருக்கும்.

அவன் காதலும், வாசமும் கண்மறைக்க, கைதேடிச் சென்று கண்டடைந்த குழாயிலிருந்து பனிப்போலத் தூவுகிறது அவன் குறித்த விருப்பங்கள். குளிர்ந்த நீரில் கொதித்த அவளது காதல் நினைவுகளால் உடல் நனைய, மூழ்கிப்போகிறது அவள் மனது. ஈரத்தலையை காயவைக்க வந்தபோது, காதலால் கொதித்துப் பளபளக்கிறது நிலா. காயும் நிலாச்சூட்டின் உஷ்ணத்தில் அவள் வீட்டு மாடியில் இரவில் தோன்றிய கானல்நீர் அவள் கூந்தலழகை பிரதிபலித்தது. மயங்கிப் போனவள் மனம் லயித்துக் கிடக்கையில், காற்றிலும் கமழ்ந்து நறுமணக்கிறது அவனது வாசனை. மயக்கம்போக சரிந்து சாய்ந்தவள் கண்களை

மூடினாள். இமைகளுக்குள் ஒட்டியிருந்த அவனது முகம் மீண்டும் நினைவுக்குவர மெல்லியப் புன்னகையோடு விழித்துக் கொண்டே தூங்க முயற்சிக்கிறாள் அவள் என்பதுபோல் காட்சிப்படுத்தப்பட்டிருக்கும் இரண்டாவது சரணத்துக்கு முன்வரும் இடையிசையும் இரண்டாவது சரணமும்.

இதற்கான வரிகள்,

"இவளின் மனதில் இன்னும் இரவின் மீதமோ
கொடியில் மலர்கள் குளிர் காயும் நேரமோ
பாதை தேடியே, பாதம் போகுமோ
பாதை தேடியே, பாதம் போகுமோ
காதலென்ன நேசமோ
கனவு கண்டு கூசுமோ
தனிமையோடு பேசுமோ"
என்று எழுதப்பட்டிருக்கும்.

இந்தப் பாடல் முழுவதும் ஒரு பெண் தனக்குள் ஏற்பட்டுள்ள வெளியே சொல்ல முடியாத தவிப்புகளைக் கூறும் வகையில் அமைக்கப்பட்டிருப்பதால், ஜானகி அம்மா தான் பாடல் முழுவதுமே ஆதிக்கம் செலுத்தியிருப்பார்.

ஆனால், இரண்டாவது சரணத்தின் கடைசி வரியைப் பாடும்போது, தனது சிக்னேச்சர் ஸ்டைல் ஸ்மைலில் ஒட்டுமொத்த பாடலையும் கொள்ளைக் கொண்டுவிடுவார் எஸ்பிபி. ராகதேவனின் தேவகானங்கள் எல்லோர் மவுனங்களையும் கலைக்கும்...

21

'அழகாக சிரித்தது அந்த நிலவு...'

நதியே நீராடியது அவள் அழகில்!

இயக்குநர் ஆர்.பூபதி இயக்கத்தில் கடந்த 1986-ம் ஆண்டு வெளிவந்த திரைப்படம் 'டிசம்பர் பூக்கள்'. இந்த திரைப்படத்தில் இடம்பெற்ற பாடல்களில், 'அழகாக சிரித்தது அந்த நிலவு' பாடல் பலரது விருப்பத்துக்குரிய பாடல். இசைஞானி இளையராஜாவின் இசையில், ஜெயச்சந்திரன் ஜானகி இணைந்து பாடியிருக்கும் இந்தப் பாடலை கவிஞர் வாலி எழுதியிருப்பார். வித்தியாசமான கதையோட்டம் கொண்ட இந்த திரைப்படத்தில் வரும் இப்பாடலில் இசைஞானி கிடார் இசைக்கருவியை பாவித்திருக்கும் விதம் பாடல் கேட்பவர்களின் மனங்களை பனிபோல் உருகச் செய்திருக்கும்.

ராகதேவனின் இசையில் வரும் பாடல்கள் பெரும்பாலும், முகப்பு இசையோடுதான் எப்போதும் தொடங்கும். ஆனால், இந்தப் பாடலில்,

"அழகாகச் சிரித்தது
அந்த நிலவு
அதுதான் இதுவோ
அனலாகக் கொதித்தது
இந்த மனது
இதுதான் வயதோ

*மழைக்காலத்தில்
லலலலலா
நிழல் மேகங்கள்
லலலலலா
மலையோரத்தில்
லலலலலா
சிறு தூறல்கள்
லலலலலா
இளவேனிற்காலம் ஆரம்பம்
லலலல லலலல"*

என்ற பல்லவிக்கான வரிகள் முழுவதும் பாடப்பட்ட பிறகுதான், பாடலின் முகப்பிசையை ராஜா தொடங்கியிருப்பார்.

இந்த வரிகளை ஜெயச்சந்திரனும், ஜானகி அம்மாவும் பாடும்போது விழும் கிடார் கார்டுகளிலேயே நாம் மயங்கிவிடுவோம். அதுவும் ஜானகி அம்மா பாடும் அந்த லலலலலா வாய்ப்பே இல்லை. பின்னர் வரும் பாடலின் தொடக்க இசையை கிடாரில் ஆரம்பித்து புல்லாங்குழல் சேர்த்து டிரம்ஸின் ரிதத்தோடு நிறைவு செய்திருக்கும் இடங்களில், பாடலை கேட்பவர்களின் மனங்களில் எல்லாம் மேஸ்ட்ரோவின் இசை பட்டாம்பூச்சியைப் போல வண்ணங்களை அப்பியிருக்கும்.

*"நதியே நீராடத்தான்
உன்னை அழைத்தேன்*

பூவே நான் சூடத்தான்
நாள் பார்த்தேன்
நாளை நாம் ஆகத்தான்
காத்துக்கிடந்தேன்
காற்றே உனைப் பார்த்ததும்
கை சேர்த்தேன்
மானே உன் அழகினில்
நானே ஓவியம் வரைந்தேனே
கண் ஜாடை சொல்ல
நானே என் இதயத்தைத்தானே
எடுத்துக் கொடுத்தேனே
நீ சொந்தம் கொள்ள
பனி தூங்கும் ரோஜாவே
எனை வாங்கும் ராஜாவே
ஒரு நாள் திருநாள்
இதுதான் வரவோ..
நாணமென்ன அச்சமென்ன"
என முதல் சரணம் எழுதப்பட்டிருக்கும்.

இந்த முதல் சரணத்துக்கு முன்வரும் இடையிசையில், புயலென கிளம்பும் வயலின்களோடு வரும் பேஸ் கிடாரின் அரேஞ்மென்ட்ஸ், பாடல் கேட்பவர்களுக்கு வானத்தில் பறப்பதைப் போன்றதொரு உணர்வைத் தந்திருக்கும். அதேபோல், வயலின்கள் சற்று ஓய்வெடுக்கும் நேரத்தில் கிடாரில் தாலாட்டி, பின் வயலின் மற்றும் புல்லாங்குழல் சேர்ந்துவரும் இடங்களை ரசிக்கும்போது மெய் மறந்தேபோகும். வயலின், கிடார், புல்லாங்குழல் கொண்டு மாயங்களை நிகழ்த்தியிருப்பார் இசைஞானி.

"உன்னை நானல்லவோ
கண்ணில் வரைந்தேன்
நாளும் என் ஓவியம் நீதானே
கண்ணே உன் கண்ணிலே
செய்தி படித்தேன்
காதல் போரட்டமே நான் பார்த்தேன்
மோகம் பொங்கி வரும்
தேகம் கொண்டதொரு தாகம்
நான் பெண்ணல்லவோ
நானும் கொஞ்சிட அது தீரும்

*கட்டினில் இணை சேரும்
என் கண்ணலவா
இள மாலைப் பொழுதாக
இரு நெஞ்சம் இனிதாக
இனிமை வழியும் இளமை
இதுவோ.. இரு விழி சிவந்திட"*
என்று இரண்டாவது சரணம் எழுதப்பட்டிருக்கும்.

இசைஞானியின் இசைக்குழுவில், Acoustic மற்றும் Electric கிடார்களை சதா சுதர்சனமும், Bass guitar-ஐ மறைந்த சசிதரன் முனியாண்டியும் இசைத்துள்ளனர். இந்த இருவர் சேர்ந்து ராஜாவின் இசையில் கிடாரில் செய்திருக்கும் சாதனைகள் நெருங்கவே முடியாதவை. சசிதரன் முனியாண்டி இளையராஜாவின் மைத்துனர். இந்தப் பாடலில் மட்டுமல்ல, ராஜாவின் பாடல்களில் வரும் Bass guitar பகுதிகள் அனைத்தையும் வாசித்தவர் இவர்தான்.

அடர்ந்த வனம், கடுங்குளிர், உயர்ந்த மரங்கள், ஒழுங்கற்றப் பாதைகள், சரிவான மலைமுகடுகள், குளிர்ந்த நீரோடை, புல்வெளி நிரம்பிக் கிடக்கும் பனித்துளிகள், பச்சையாடைப் போர்த்திக் கொண்ட மலைகள், நாயகன் நாயகி என இப்பாடல் காட்சிகளில் வரும் அனைத்தையும் கடந்து பாடலைக் கேட்பவர்களின் மனதுக்குள் ராஜாவின் இசை உயிர்ப்பித்துக் கொண்டேயிருக்கிறது.

22

'கண்ணா உனைத் தேடுகிறேன் வா...'
சொன்னாலும் தீராது சோகத்தின் பாஷை!

ஊர்த் திருவிழா நாட்களின் முதல்நாள் மாலையிலிருந்தே வீடுகள் தோறும் கொண்டாட்டங்கள் நிரம்பிக் கிடக்கும். கோயிலைப் போலவே எல்லா வீடுகளும் பிரகாசித்து கொண்டிருக்கும். அன்றைய தினத்தின் மாலைப்பொழுதுகளில் கூட்டிப் பெருக்கிய வீதிகளின் வீட்டு வாசல்கள் கோலப்பொடிகளால் வானவில் ஆடை உடுத்தியிருக்கும். குளித்து முடித்து, வீட்டு வாசல்களில் நின்று தலை காய வைப்பதும், சிக்கொடிப்பதும், மருதாணி வைத்துக் கொள்வதும், பூ வாங்குவதுமாய் அவள் அவனுக்காக வீட்டுக்கு வெளியே வந்து செல்லும் அத்துனை தருணங்களிலும் அவனைப் போலவே அந்த ஊரும் மகிழ்ச்சியில் திளைத்திருக்கும்.

அதுவே டிசம்பர் மாதம் என்றால், சபரிமலை பக்தர்களுக்காகவும், இயேசுவின் பிறப்பு பெருவிழாவுக்காகவும் கோயில்களும், தேவாலயங்களும் களைகட்டியிருக்கும். பக்தியும் காதலும் நெஞ்சமற நிறைந்திருக்கும் இதுபோன்ற நினைவுகளின் தருணங்களை எல்லாம் வாழ்க்கைப் பெட்டகத்தில் இருந்து மீட்டுத்தருபவர் இசைஞானி இளையராஜாதான்.

இத்தகைய பேரின்பத்தைக் கொடுக்கும் ஒரு பாடல்தான், இயக்குநர் கே.ரங்கராஜ் இயக்கத்தில் 1986-ம் ஆண்டு, வெளிவந்த 'உனக்காகவே

வாழ்கிறேன்' திரைப்படத்தில் இடம்பெற்ற 'கண்ணா உனைத் தேடுகிறேன் வா' பாடல். இசைஞானி இளையராஜா வைரமுத்து காம்போவில் உருவான மற்றொரு காலப்பெட்டகம். பாடலை ஜானகி அம்மாவும் எஸ்பிபியும் பாடியிருப்பர். பாடலை ஜானகி அம்மா, கண்ணா கண்ணா கண்ணா என 3 முறை பாடியிருப்பார். இப்படித்தான் இந்தப் பாடல் தொடங்கும்.

முதல் முறை கண்ணா என பாடும்போது, கண்ணாவை புஃல்லா பாடிட்டு ஆஆஆஆஆ வை மட்டும் தனியாகவும், இரண்டாவது முறை கண்ணா என பாடும்போது, ண்ணா வில் இருந்தே தனியாகவும், மூன்றாவது முறை கண்ணா என பாடும்போது, ண்-ல் இருந்தே தனியாகவும் ஆஆஆஆஆ வைப் பிரித்துப் பாடியிருக்கும் அழகில், மில்லியன் ஹார்டின்களை அந்த இடத்திலேயே அள்ளியிருப்பார். இந்த மூன்று கண்ணாவை பாடும்போது கார்ட்ஸ் வரும் அந்த 5 இடங்களும் இடங்களும் அற்புதமானவை.

அதிலிருந்து அடுத்த 16 விநாடி தொடக்க இசையில் பாடலைக் கேட்கும் காது வழி நுழைந்து, உடலுறுப்புகளின் உட்புகுந்து ரத்த நாளங்கள், திசுக்கள், நரம்புகளில் புத்துணர்ச்சியைப் பாய்ச்சி பாடல் கேட்பவர்களை உறைய வைத்து மீண்டும் உயிர்ப்பித்திருப்பார் ராகதேவன் இளையராஜா.

சோலோ வயலின் அவனைக் காண வேண்டும், அவனோடு பேச வேண்டும் என்ற அவளது ஏக்கத்தையும், சோகத்தையும், வலியையும், வேதனையையும் புயலாய் சுழன்று கொண்டுவர, ஏக்கத்தின் தாக்கத்தையும், சோகத்தின் பாரத்தையும், வலியின் கனத்தையும், வேதனையின் அழுத்தத்தையும் செல்லோவின் இசைவழியும் கடத்தி பாடல் கேட்பவர்களைக் கட்டிப் போட்டும் இசைஞானி, டிரம்ஸ், ட்ரிபிள் காங்கோ ரிதத்தின் நாதத்துடன் பாடலின் பல்லவியைத் தொடங்கியிருக்கும் விதம் கொள்ளை அழகாயிருக்கும்.

"கண்ணா உனைத்
தேடுகிறேன் வா
கண்ணீர் குயில்
பாடுகிறேன் வா
உன்னோடு
தான் வாழ்க்கை
உள்ளே ஒரு வேட்கை
கண்ணீர் இன்னும் ஓயவில்லை
கன்னங்களும் காயவில்லை"
என்று பல்லவி எழுதப்பட்டிருக்கும்.

தொடக்க இசையிலேயே அத்தனை அசாத்தியங்களை நிகழ்த்தியிருந்தாலும் கூட, பல்லவியின் பாடல் வரிகளுக்கு இடையிலான இடைவெளியைக் கூட இசைஞானி விட்டு வைத்திருக்க மாட்டார். "கண்ணா உனைத் தேடுகிறேன் வா" என முடியும் இடத்திலும், "கண்ணீர் குயில் பாடுகிறேன் வா" என முடியும் இடத்திலும், வயலின்களின் வழியே மனதுக்குள் தென்றலைத் தவழச் செய்திருப்பார் இசைஞானி.

அதேபோல், "உன்னோடு தான் வாழ்க்கை" என முடியும் இடத்திலும், "உள்ளே ஒரு வேட்கை" என முடியும் இடத்திலும் கிடைக்கும் சின்னதுக்கும் குறைவான குட்டியோன்டு இடத்தில் புல்லாங்குழலை சிணுங்க வைத்து, நம்தோள்களில் குயிலை கூவச் செய்திருப்பார் மேஸ்ட்ரோ.

முதல் சரணத்துக்கு முன்வரும் இடையிசை கிடாரில் தொடங்கும். பேஸ் கிடார் அதனுடன் சேரும். பின் புல்லாங்குழல் துணை சேரும். இதன்பின்னர் ரிதமும்,வயலின்கள், செல்லோவும் ஒன்று சேரும். அங்கிருந்து பாடலின் முதல் சரணத்தை தொடங்கியிருப்பார் ஜானகி அம்மா.

"ஏன் இந்த காதல்
என்னும் எண்ணம் தடை
போடுமா என்பாடல் கேட்ட
பின்னும் இன்னும் பிடிவாதமா
என்ன நான்
சொல்வது இன்று
வந்த சோதனை
மௌனமே கொல்வதால்
தாங்கவில்லை வேதனை
உன்னை தேடி
வந்தேன் உண்மை
சொல்ல வேண்டும்
இந்த சோகம் கொள்ள
என்ன காரணம்"
என்று எழுதப்பட்டிருக்கும்.

காதலியின் பதில் கேட்டு மனமிறங்கும் காதலன் கதவைத் திறக்க, இசைஞானியின் இசை வைத்தியம் மீண்டும் தொடங்கும். பாடலின் துண்டு பல்லவியை எஸ்பிபி பாடுவதற்குமுன், மிருதங்கம், வயலின்கள் துணையோடு 2.29 நிமிடங்களில் இருந்து 2.39 வரையிலான இடைவெளிக்குள் ராஜாவின் இசைக்குறிப்புகள் செய்யும் ஜாலங்கள், உயிரற்றவைகளுக்கும் உயிர் கொடுத்திருக்கும். அந்த வயலின்களும், செல்லோவும் பாடல் கேட்பவர்களின் மனதை ஏதோ ஒன்று செய்து கொண்டிருக்க அத்தருணத்தில் கம்பீரமாய் வரும் எஸ்பிபியின் குரல் மயிலிறகாய் நம்மை வருடியிருக்கும்.

அப்படியே பாடலின் இரண்டாவது சரணத்துக்கு முன்வரும் இடையிசையை வயலின்கள், வயோலா, செல்லோவை கொண்டு இசைத்திருப்பார் இசைஞானி. அந்த கிடார் வரும் இடத்திலும் ராஜா நம்மை வெகுவாக ஈர்த்திருப்பார்.

சோகத்தின் பாஷை
என்ன சொன்னால் அது தீருமா
கங்கை நீர் காயகூடும் கண்ணீர்
அது காயுமா

சோதனை நேரலாம்
பாசம் என்ன போகுமா

மேகங்கள் போய்விடும்
வானம் என்ன போகுமா

ஈரமுள்ள கண்ணில்
தூக்கம் இல்லை பெண்ணே
தோகை வந்த பின்னே
சோகமில்லையே"
என்று எழுதப்பட்டிருக்கும்.

இதுபோன்ற காலத்தால் அழிக்கமுடியாத பாடல்களில் இசைஞானியோடு சேர்ந்து அவரது இசைக் கலைஞர்களுக்கும் மிக முக்கியப் பங்கு இருக்கிறது. அந்த வகையில், இளையராஜாவின் இசைக்குழுவில் நீண்ட காலமாக கிடார் இசைக் கலைஞராக இருந்து வருபவர் சதானந்தன். இவர் மூத்த இசையமைப்பாளர் சுதர்சனத்தின் மகன். அதேபோல செல்லோ இசைக் கலைஞராக இருப்பவர் சேகர். இவர் மூத்த வயலின் மேதை குன்னக்குடி வைத்தியநாதனின் மகன்.

மேலும் வயலின் இசைக்கலைஞராக இருக்கும் ஜெரி என்பவர் இளையராஜா இசையமைக்கத் தொடங்கியதில் இருந்து அவருக்கு வாசித்து வருகிறார். அதேபோல் பிரபாகர் தற்போது ராஜாவின் இசை நிகழ்ச்சிகளைக் கண்டக்ட் செய்பவர். அவர்தான் ராஜாவின் பல பாடல்களில் வரும் அந்த சோலோ வயலின்களை வாசித்தவர்.

நிகரில்லா இந்த இசைக் கலைஞர்களின் எல்லையில்லா இசை மீதான காதல்தான், வருடங்கள் பல கடந்தாலும், நம் மனங்களுக்குள் ஆட்சி செய்கின்றன.

23

'இளமை இதோ இதோ...'
ஊர் போற்றவே பேர் வாங்கும் பாடல்!

'இளையராஜா இசை அப்படி என்ன செய்துவிட்டது?' என்ற கேள்விக்கு இந்தப் பாடல் தான் பதில். நூற்றாண்டுக் கண்ட இந்திய சினிமா, எத்தனையோ இசையமைப்பாளர்களைக் கண்டிக்கிறது. அவரவர் காலக் கட்டத்தில் தங்களது ஆகச் சிறந்த பங்களிப்புகளை அவர்களும் செய்திருக்கின்றனர். ஆனால், கால ஓட்டமும் ரசனை மாற்றமும், சரித்திரம் படைத்த பல பாடல்களையும், இசையமைப்பாளர்களையும் சற்றே அந்நியப்படுத்தியிருக்கிறது.

ஆனால், இந்த ஒரு பாடலுக்கு மட்டும் மாற்று இதுவரை கண்டறியப்படவே இல்லை. புத்தாண்டு தினத்தில் தமிழகத்தின் பெருநகரங்கள் தொடங்கி, குக்கிராமம் வரை நீங்கள் எங்கே சென்றாலும் இந்தப் பாடல் உங்கள் காதுகளில் கேட்டுக்கொண்டே இருக்கும். இந்தப் பாடலுக்கு மாற்றாக வெவ்வேறு இசையமைப்பாளர்கள் முயற்சித்திருந்தாலும், 42 வருடங்களாக புத்தாண்டு தினத்தின் மகிழ்ச்சியை வாரி வாரி இறைத்திருக்கும் இந்தப் பாடலின் பக்கத்தில்கூட யாராலும் நெருங்க முடியவில்லை.

இயக்குநர் எஸ்.பி.முத்துராமன் இயக்கத்தில், கடந்த 1982-ம் ஆண்டு வெளிவந்த 'சகலகலா வல்லவன்' திரைப்படத்தில் இடம்பெற்ற 'இளமை

இதோ இதோ' பாடல்தான் அது. இசைஞானியின் ஆர்ப்பரிக்கும் இசையில், காவியக் கவிஞர் வாலி பாடலை எழுதியிருப்பார். பாடலை மறைந்த பாடும் நிலா எஸ்.பி.பாலசுப்ரமணியம், தனக்கே உரிய வசீகரிக்கும் குரலில் பாடி அசத்தியிருப்பார்.

இந்தப் பாடலுக்கான இசைக்கோர்ப்பு மற்றும் அனைத்து பணிகளும் நிறைவடைந்த நிலையில், பாடலின் தொடக்கத்தில் வரும் "Hey Everybody... Wish You A Happy New Year" என்பது இல்லாமல்தான், பாடல் தயாராக இருந்துள்ளது. எஸ்பிபிதான் அந்த தொடக்க வரிகளைச் சேர்த்து பாடியிருக்கிறார்.

புத்தாண்டு வாழ்த்தை எஸ்பிபி குரலில் பாடிய பிறகு, அதற்கு இணையான அதே கம்பீரத்துடன் ட்ரம் போன், ட்ரெம்ப்ட் ஒருசேர இசைக்கும்போதே பாடல் கேட்கும் அனைவருக்கும் உற்சாகம் தொடங்கிவிடும். கொண்டாட்டத்துக்கான பாடலாக இருப்பதால், 2K கிட்ஸ்களுக்கும் எனர்ஜி டானிக்காக, இந்தப் பாடல்தான் தொடர்ந்து வருகிறது.

"இளமை
இதோ இதோ இனிமை
இதோ இதோ காலேஜ்
டீன் ஏஜ் பெண்கள்
எல்லோருக்கும் என்மீது
கண்கள்

இளமை இதோ
இதோ இனிமை இதோ
இதோ"
என்று பல்லவி எழுதப்பட்டிருக்கும்.

இதனைத் தொடர்ந்து மீண்டும் ட்ரெம்பெட், ட்ரம் போன், ஒருசேர கர்ஜிக்கத் தொடங்கும். அதனைத் தொடர்ந்து கிடார், பேஸ் கிடார், ஸ்டிரிங்க செக்சன், என எல்லாம் சேர்ந்து பாடல் கேட்பவர்களை மெல்ல, மெல்ல ஆட்டம் போட வைத்திருக்கும்.

பாடலின் முதல் சரணம்,

"வாலிபத்தில் மன்மதன்
லீலைகளில் மன்னவன்
ராத்திரியில் சந்திரன் ஏஹே

ஹே ரசிகைகளின் இந்திரன்

நான் ஆடும் ஆட்டம்
பாருங்கள் நிகர் ஏது கூறுங்கள்
நான் பாடும் பாட்டை கேளுங்கள்
கைத்தாளம் போடுங்கள் ஊர்
போற்றவே பேர் வாங்குவேன்
நான் தான் சகலகலா வல்லவன்"
என்று எழுதப்பட்டிருக்கும்.

கேட்கும் போதே உற்சாகத்தை ஏற்படுத்தும் இந்த வரிகளை எஸ்பிபி குரலில் கேட்பது தூக்கத்தை மறக்கடிக்கும். அதுவும் உச்ச ஸ்தாதியில் பாடிக் கொண்டிருக்கும் எஸ்பிபி வல்லவன் என்ற வார்த்தையை மட்டும் இறக்கி பாடும் இடம் வேற லெவலில் இருக்கும்.

தொடர்ந்து வரும், இரண்டாவது சரணத்துக்கு முன்வரும் இடையிசையில், டிரம்ஸில் விதவிதமான தாளங்களை இசைத்து பாடல் கேட்பவர்களின் மனங்களை துள்ளிக் குதிக்கச் செய்திருப்பார் இசைஞானி. இசைஞானியிடம் நீண்ட காலமாக டிரம்ஸ் இசைக் கலைஞராக இருந்த (அண்மையில் மறைந்த) புருஷோத்தமன்தான் வாசித்திருப்பார். டிரம்ஸ் பீட்டில் அத்தனை வெரைட்டிகளை காட்டியிருப்பார்.

இதைத் தொடர்ந்துவரும், இரண்டாவது சரணம்,

"ஹிந்தியிலும் பாடுவேன்
வெற்றி நடை போடுவேன்
ஏக் துஜே கே லீயே
ஏன்டி நீ பாத்தியே

எனக்காக ஏக்கம்
என்னம்மா களத்தூரின்
கண்ணம்மா உனக்காக
வாழும் மாமன் தான்
கல்யாண ராமன் தான்
நாள் தோறும் தான் ஆள்
மாறுவேன் நான் தான்
சகலகலா வல்லவன்" என்று வரும்.

சாதாரண மெலோடிகளை பாடும்போது, தனது ஸிக்னேச்சர் கொஞ்சல்களைப் பதிவு செய்யும் எஸ்பிபி, இந்தப் பாடலில் பல்வேறு விதமான ரசிக்கும்படியான குறும்புதனங்களைச் செய்து பாடலுக்கு உற்சாகம் கூட்டியிருப்பார். இந்த சரணத்தில் கல்யாணராமன் தான் எனும் இடத்தை அவர் பாடியிருக்கும் விதம் அசந்துப்போகச் செய்யும். கல்யாணராமன், கமல்ஹாசன் எத்துப்பல்லுடன் நடித்து வெளிவந்த திரைப்படம். அந்தப் படத்தின் கமலை இமிட்டேட் செய்யும் வகையில் அதை பாடியிருப்பார் எஸ்பிபி.

காலம் கடந்து கேட்கப்போகிற பாடல் என்பதாலோ என்னவோ, 3 சரணங்களைக் கொண்டிருக்கும் இந்தப்பாடல். மூன்றாவது சரணத்தின் இடையிசையில், டிரம்ஸ், ட்ராம்போன், எஸ்பிபியின் சோலோ வாய்ஸ் கொண்டு இசைக்குறிப்புகளை அமைத்திருப்பார் இளையராஜா. எஸ்பிபியின் குரல் வித்தைக்கு நிகராக இசைக்கருவிகள் இசைக்கப்பட்டிருக்கும்.

பாடலின் மூன்றாவது சரணம்,

"கம்பெடுத்து ஆடுவேன்
கத்திச்சண்டை போடுவேன்
குத்துவதில் சூரன் நான்
குஸ்திகளில் வீரன் நான்

*எனை யாரும்
ஏய்த்தால் ஆகாது
அதுதானே கூடாது
எனை வெல்ல யாரும்
கிடையாது எதிர்க்கின்ற
ஆளேது யார் காதிலும்
பூச்சுற்றுவேன் நான் தான்
சகலகலா வல்லவன்"*
என்று எழுதப்பட்டிருக்கும்.

    காலத்தால் அழிக்க முடியாத மெலோடி பாடல்களுக்காக மட்டுமல்ல இசைஞானி இளையராஜாவின் துள்ளலிசைப் பாடல்களும் காலம் கடந்து அவரது இசையின் மகத்துவத்தைச் சொல்லும் என்பதற்கு சாட்சியாக இந்தப் பாடல் இன்றளவும் இருந்து வருகிறது. இந்த உலகில், தமிழர்கள் வாழும் இடங்களில் எல்லாம், ஆங்கிலப் புத்தாண்டு கொண்டாடப்படும் வரை, ராகதேவனின் இசையில் வந்த இந்தப் பாடலும் இருக்கவேச் செய்யும்...

24

'பூவே இளைய பூவே...'
அவளின் இரு விழி கடலில் படகாகிறது மனது!

இசைஞானி இளையராஜாவின் பாடல்களில் பெரும்பாலானவை பாடல் கேட்பவர்களின் மனதுக்கு ஆறுதல் அளிப்பவை.

எந்த மாதிரியான மனநிலையில் இருந்தாலும், கேட்கும் கணங்களில் எல்லாம் நம் மனதுக்கு ஆறுதல் அளிப்பதுதான் இசைப்பிதா இளையராஜாவின் பாடல்கள். எந்தச் சூழலில் அவரது பாடல் கேட்டாலும் மனது இளைப்பாறும். அது காற்று வீசும் திசையெங்கும் சிறகடித்துப் பறக்கும் தும்பிகளின் எடையைவிட மனதை லேசாக்கிவிடும். இந்த அற்புதங்களை தனது நிகரற்ற இசையால் மீண்டும் மீண்டும் மெய்பித்துக் கொண்டேயிருப்பவர் இளையராஜா.

திரைப்படங்களில் அதிகபட்சம் ஒரு 5 நிமிடம் வரக்கூடியவைதான் பாடல்கள். ஆனால், காலங்கடந்து, தலைமுறைகளைத் தாண்டி ஒரு பாடலை ரசிக்க வைப்பது மிக அரிதானதுதான்.

அவ்வாறான பாடல்களை உருவாக்க, பிரமிக்கத்தக்க இசை ஞானமும், இசை செறிவும் தேவை என்பதை தனது ஒவ்வொரு பாடலின் வழியாக நிகழ்த்திக் காட்டியிருப்பார் ராஜா. குறைவான வசதிகள், திறமையான இசைக் கலைஞர்களை வைத்துக்கொண்டு இளையராஜா உருவாக்கியிருக்கும் அத்தகைய பாடல்கள் தான் இன்றுவரை நம் ஒவ்வொருவருக்குள்ளும் ஜீவித்திருக்கிறது.

கங்கை அமரன் இயக்கத்தில், கடந்த 1982-ம் ஆண்டு, வெளிவந்த திரைப்படம் 'கோழி கூவுது'. இந்தப் படத்தில் வரும் 'பூவே இளைய பூவே' பாடலைக் கேட்கும்போதெல்லாம், நம் அகம் குளிரச் செய்திருப்பார் இளையராஜா. இந்தப் பாடலை வைரமுத்து எழுத, மறைந்த மலேசியா வாசுதேவன் பாடியிருப்பார்.

கிட்டத்தட்ட 42 வருடத்துக்கு முன், தொழில்நுட்ப வசதிகள் பெரிதாக இல்லாத காலக்கட்டம். இந்தப் படமும் கிராமத்து சப்ஜெக்ட். இன்னொரு முக்கியமான விஷயம், படத்தின் லீட் ரோலில் வருபவர்களுக்கான பாடலும் இல்லை. அப்படியிருந்தும்கூட இந்தப் பாடல் ஆண்டு வளையங்களைச் சுமந்து நிற்கும் மரங்களைப் போல் பாடல் கேட்பவர்களின் மனசுக்குள் வேர் பரப்பி நிற்பதற்கு ராஜாவின் உன்னதமான இசையே காரணம்.

இந்தப் பாடல் ஒரு காதல் கடிதத்தைப் படித்துக்காட்டுவது போல் தொடங்கும். கடிதத்தின் வரிகளைப் படித்த கணத்தில் மலேசியா வாசுதேவன்,

"பூவே இளைய பூவே
வரம் தரும் வசந்தமே
மலர் மீது தேங்கும் தேனே
எனக்குத் தானே எனக்குத் தானே"
என்று பல்லவியை பாடியிருப்பார்.

"பூவே இளையபூவே" என்ற இரு சொற்களைப் பிரித்துப் பாடும் இடைவெளியில் ஸ்ட்ரிங்ஸ் (சந்தூர், கிடார்) இசைக்கப்பட்டிருக்கும். அந்த இசை படர்ந்து விரிந்த பெரிய பச்சை இலையின் மேல் பட்டுத் தெறிக்கும் நீர்த்துளி போல் நம்மேல் தெளிக்கும். "வரம்தரும் வசந்தமே" என்ற இரு சொற்களைப் பிரித்துப் பாடும் இடைவெளியில் தொலைதூரத்தில் இருந்து ஓடி வரும் ஆறொன்று கடலில் கலப்பதைப் போல் வயலின்கள் வந்து சேர்ந்திருக்கும். "மலர் மீது தேங்கும் தேனே" எனப் பாடும்போது பேக்கப்பில் வரும் கிடார் ஸ்டிரிங்ஸ் நம் தலைகோதி வருடியிருக்கும்.

"எனக்குத் தானே...எனக்குத் தானே" என்ற இடம் வரும் ட்ரம்ஸின் ரிதத்தோடு, அனைத்தும் சேரும், அதில் புல்லாங்குழலும் தனது வரவை தெளிவாக உறுதி செய்திருக்கும். இவையெல்லாம் சேர்ந்து நிகழ்த்தும் மாயங்களால் நம் மனம் முழுவதும் வானவில் பூத்திருக்கும். மீண்டும் அந்த பல்லவியை பாடவைத்து இசைக்கருவிகளின் உராய்வுகள் இல்லாமல் பாடல் கேட்பவர்களின் உயிருக்குள் நுழைந்திருப்பார் ராகதேவன்.

முதல் சரணத்துக்கு முன்வரும் இடையிசை கோரஸ் உடன் தொடங்கும். லல்லலா... லல்லலா எனும் லல்லபி ஒரு மேற்கத்திய சாயலில் அமைக்கப்பட்டிருக்கும். கோரஸ் குரல்களுக்கு இணையாக சந்தூர், கீபோர்ட், கிடார், டிரம்ஸ் ரிதத்துடன் சேர்ந்து பாடல் கேட்பவர்களை காவலும் கதவுகளும் இல்லாத கனவு சோலைக்குள் இழுத்துச் செல்ல, மெல்லிய காற்றாய் பின்தொடரும் வயலின்கள் தென்றல்போல் தாலாட்டி இமைகளை உறங்கச் செய்யும் அந்த விநாடியில் முதல் சரணம் தொடங்கியிருக்கும்.

"*குழல் வளர்ந்து அலையானதே*
இரவுகளின் நிலையானதே
குழல் வளர்ந்து அலையானதே
இரவுகளின் நிலையானதே
விழி இரண்டு கடலானதே
எனது மனம் படகானதே
இளம் பளிங்கு நகம் சேர்த்ததே
நிலவு அதில் முகம் பார்த்ததே
இனிக்கும் தேனே எனக்கு தானே"
என்று எழுதப்பட்டிருக்கும்.

ஒரு தொலைதூர பயணத்துக்குப்பின் தூரத்தில் தெரியும் நீர்வீழ்ச்சியை நோக்கி நெருங்கிச் செல்வது மனதுக்கு எத்தகைய சுகத்தை தருமோ அதைத்தான் ஆர்ப்பாட்டம் இல்லாமல் இப்பாடலின் இரண்டாவது சரணத்துக்கு முன்வரும் இடையிசை பாடல் கேட்பவர்களுக்கு தந்திருக்கும். அதுவும் அந்த வயலினும் புல்லாங்குழலும் ஒன்றையொன்று கொஞ்சிக் கொள்வது போல அமைக்கப்பட்டிருக்கும் விதமெல்லாம் இசைஞானி இளையராஜாவால் மட்டுமே சாத்தியமானவை.

புல்லாங்குழலிசையில் வரும் குளிர்ந்த காற்றைக்கொண்டு இறுக்கி கட்டப்பட்ட வயலின் கம்பிகளில் ஈரம் சொட்டச் செய்திருப்பார் இளையராஜா. இந்த இடையிசையின் இறுதியில் கோரஸ் சிங்கர்ஸின் குரலில் வரும் ஆஆஆஆஆ... ஆஆஆஆ என்ற கோரஸ் அந்த இடத்துக்குள் அத்தனை கச்சிதமாகப் பொருந்தியிருக்கும்.

"இளஞ்சிரிப்பு ருசியானது
அது கனிந்து இசையானது
குயில் மகளின் குரலானது
இருதயத்தில் மழை தூவுது
இரு புருவம் இரவானது
இருந்தும் என்ன வெயில் காயுது
இனிக்கும் தேனே எனக்கு தானே"
என்று எழுதப்பட்டிருக்கும்.

இந்த இரண்டு சரணங்களிலுமே, முதல் 5 வரிகளின் போது வரும் சிறுசிறு இடைவெளிகளில் சந்தூர் இசைக்கப்பட்டிருக்கும். இதுமட்டுமின்றி பாடலின் இரண்டு சரணங்களிலும் தபேலாவின் தாளநடை லயிக்க வைத்திருக்கும். இதற்குமுன் எத்தனையோமுறை கேட்டிருந்தாலும், இப்போது கேட்டாலும் பாடல் கேட்பவர்களைத் தன்வயப்படுத்தும் ஆற்றல் கொண்ட மேஸ்ட்ரோவின் மாஸ்டர் பீஸ் பாடல்களின் வரிசையில் இந்தப் பாடல் நிச்சயம் இருக்கும். இதுபோன்ற பாடல்கள், ஞானதேவனின் தேவகான தூரத்தலை தொடர வைக்கும்...

25

‘பூங்கதவே தாழ் திறவாய்...’

காதல் தெய்வம் வாழ்த்தும் காதலில் ஊறிய ராகம்!

இளையராஜா ஒரு பாடல் பதிவின்போது, அந்தப் பாடலுக்கான தொடக்க மற்றும் இடையிசை குறிப்புகளை எழுதி முடித்தப் பிறகு அந்த ஸ்கோர் ஷீட்டில்தான், அந்தப் பாடலில், என்னென்ன இசைக்கருவிகள் இசைக்கப்பட வேண்டும் என்பது தொடர்பான விவரங்களையும், பாடகர்களின் பெயரையும் எழுதுவாராம். அதைப் பொறுத்துதான் பாடகர்களும், இசைக் கலைஞர்களும் அழைக்கப்பட்டு பாடல் பதிவுகள் நடந்துள்ளன.

ராகதேவனுக்கு என்ன மாதிரியான தீர்க்கதரிசனம் இருந்திருந்தால், ஆண்டுகள் பல கடந்தும் மக்கள் மனங்களில் நிலைத்திருக்கப் போகும் பாடல்களை இவர்கள்தான் பாட வேண்டும். இவர்களது குரல்தான் அதற்கு பொருத்தமானதாக இருக்கும் என்பதை அனுமானித்திருப்பார். குறிப்பாக, இந்தப் பாடல் 44 ஆண்டுகளுக்கு முன் வந்தது. இருந்தாலும், ராஜாவின் இசையாலும், இப்பாடலைப் பாட அவர் தேர்வு செய்த பாடகர்களாலும், இப்பாடல் காலம் கடந்து நம்மை ஆட்கொண்டிருக்கிறது.

இயக்குநர் பாரதிராஜாவின் இயக்கத்தில், கடந்த 1980-ம் ஆண்டு, வெளிவந்த திரைப்படம் நிழல்கள். படத்தில் வரும் பாடல்கள் அனைத்துமே ரசிகர்களால் கொண்டாடப்பட்டவை. குறிப்பாக ‘பூங்கதவே தாழ்

திறவாய்' பாடல். பொதுவாக ஒரு பாடலைக் கேட்டால், முதலில் அது எந்தப்படம்? அப்புறம் யாரோட படம்? யார் நடித்தது? இப்படியாக நீளும் தேடல்களை மாற்றி இந்தப் பாடலை பாடியவர்கள் யார்? ராஜாவின் இசையில் இவர்கள் இருவரும் வேறு என்ன பாடல்களை பாடியுள்ளனர்? தனித்தனியாக என்னென்ன பாடல்களை பாடியுள்ளனர்? என்ற தேடலுக்கு அழைத்துச் செல்லும் தன்மைக் கொண்டது இந்த காம்போ.

கங்கை அமரன் எழுதிய இந்தப் பாடலை தீபன் சக்ரவர்த்தி மற்றும் மறைந்த உமா ரமணன் இணைந்து பாடியிருப்பர். மீண்டும் மீண்டும் கேட்கப்படுவதாலோ என்னவோ, இப்பாடலுக்கு மட்டும் வயது குறைந்து கொண்டேதான் வருகிறது. தீபன் சக்ரவர்த்தியின் மென்மையான குரலில் கலந்திருக்கும் அந்த *Bass* டோனும், காயமின்றி மனதை கிழித்து உள்நுழையும் உமா ரமணின் *Sharp* டோனும் இணைந்த இந்த பாடல் ஒவ்வொரு முறை கேட்கும்போதும் நம்மை வசீகரிக்கும்.

இந்த பெருவெளி முழுவதும் நிரம்பிக் கிடக்கும் காற்றைப் போலத்தான் மனவெளி முழுவதும் நிரம்பியிருக்கிறது ராஜாவின் இசை. மனங்களின் துயரையும், வலியையும் அதிக தடிமனற்ற, நீண்ட நேரான நூற்றுக்கும் அதிகமான குதிரை வாலின் மயிர் கற்றைகளைக் கொண்டு செய்யப்பட்ட வயலின் *Bow*-களைக் கொண்டு துடைத்தெறிகிறார் இசைஞானி. இந்தப்பாடலில் வரும் வயலின்களின் இசை பசிப்பிணிகளைப் போக்குபவை.

வெறும் காற்றை இசையாக்கும் மாயங்களைக் கற்ற ஞானதேவன் இந்தப் பாடலின் தொடக்க இசையை காற்றிலிருந்துதான் தொடங்குவார். சுழன்றடித்த அந்த சூறாவளிக் காற்றை தனது ஒற்றை வயலினுக்குள் கொண்டுவந்து அதை லாவகமாகக் கட்டுப்படுத்தி, பிற வயலின்கள், வயோலா, செல்லோ, டபுள் பேஸ் என ஒட்டுமொத்த வயலின் குடும்பத்தையும் சேர்த்து பாடல் கேட்பவர்களின் மனங்களுக்குள் மிருதுவாக பெருங்காற்றை மெல்ல மெல்லக் கடத்திச் சென்று ஓரிடத்தில் பீறிட்டு வெளியேறச் செய்திருப்பார். அது பாடல் கேட்பவர்களின் மனதுக்குள் மத்தாப்பைப் போல பூத்து சிரித்திருக்கும். அந்த இடத்தில் வரும் வீணை இசைமூலம் இதயம் வருடும் ராகதேவன், வீணைக்கு பதில் சொல்லும் வகையில் புல்லாங்குழலை சேர்த்து, பாடல் கேட்பவர்களின் இதயம் நோக்கி ரத்தத்தைக் கொண்டு செல்லும் சிரைகளின் மேல் பட்டாம்பூச்சிகளை பறக்கச் செய்திருப்பார். அங்கிருந்து தொடங்கும் பாடலின் பல்லவி.

"பூங்கதவே தாழ் திறவாய்
பூங்கதவே தாழ் திறவாய்
பூவாய் பெண் பாவாய்
பொன் மாலை சூடிடும்
பூவாய் பெண் பாவாய்
பூங்கதவே தாழ் திறவாய்" என்று பல்லவி எழுதப்பட்டிருக்கும்.

முதல் சரணத்துக்கு முன்வரும் தொடக்க இசை மேஸ்ட்ரோவால் மட்டும் இசைக்க முடியும். சரியாக பாடலின் *1* நிமிடம் *12*-வது விநாடி தொடங்கி *2* நிமிடம் வரையிலான *88* விநாடிகள் இந்த இசை வரும். கீபோர்ட் தனது காதலைச் சொல்ல அதை சிறிதும் தயக்கமின்றி சம்மதித்து ஏற்றுக் கொள்கிறது வயலின். விருப்பு வெறுப்புகள், ஆசை கோரிக்கைகள், என கீபோர்டும் வயலினும் கொஞ்சியும் கெஞ்சியும் காதல் கொண்டு இரவுபகல் பேதமின்றி ஒன்றென கலந்திருக்க, தூரத்தில் இருந்து காற்றில் கலந்து வரும் புல்லாங்குழல் கொண்டு வந்து சேர்க்கிறது திருமண செய்தியை. அந்த இடத்தில் நாதஸ்வரம் இசைக்கப்பட்டிருக்கும் அழகே அழகு. அந்த நாதஸ்வரத்தின் ஓசை அதுவரை ஆர்ப்பரித்து அருவியாக கொட்டிய அனைத்து இசையையும் நிசப்தமாக்கிவிடும். அங்கிருந்து உமா ரமணன் முதல் சரணத்தை தொடங்கியிருப்பார்.

"நீரோட்டம் போலோடும்
ஆசைக் கனவுகள் ஊர்கோலம்
ஆகா கா ஆனந்தம்

ஆடும் நினைவுகள் பூவாகும்
காதல் தெய்வம் தான் வாழ்த்தும்
காதலில் ஊறிய ராகம்..ம்ம்" என்று எழுதப்பட்டிருக்கும்.

சரணத்தை உமாரமணன் ஒவ்வொரு வரிகளாகப் பாடும்போது தீபன் சக்கரவர்த்தி ம்ம்ம் என்று ஹம்மிங் செய்திருப்பார். இதேபோல் இரண்டாவது சரணத்தை அவர் பாடும்போது உமாரமணனும் ஹம்மிங் செய்திருப்பார். இதெல்லாம் கேட்கும்போது அலாதியான ஆனந்தம் அப்பிக்கொள்ளும்.

பாடலின் இரண்டாவது சரணத்துக்கு முன்வரும் இடையிசையில் வயலின்கள், கீபோர்ட், கிடார், புல்லாங்குழல் எல்லாம் இசைக்கப்படும். இருந்தாலும் அந்த ஒற்றை வயலின் இசைக்கப்பட்டிருக்கும் விதம் தமனி வழியாக நுரையீரலுக்கு வரும் அசுத்த ரத்தம் சுத்திகரிக்கப்பட்டு நுரையீரல் சிரை வழியாக சுத்த ரத்தமாக மீண்டும் இதயத்துக்கு செல்வதற்கு இணையாக இருக்கும்.

"திருத் தேகம் எனக்காகும்
தேனில் நனைந்தது என் உள்ளம்
பொன்னாரம் பூவாழை
ஆடும் தோரணம் எங்கெங்கும்
மாலை சூடும் அந்நேரம்
மங்கள வாழ்த்தொலி கீதம்..ம்ம்" என்று எழுதப்பட்டிருக்கும்.

பொதுவாகவே வயலின்கள் தயாரிக்க பயன்படுத்த தேர்ந்தெடுக்கப்படும் மரங்களின் ஈரப்பதத்தைக் காப்பதற்காக, 24 மணி நேரமும் குறிப்பிட்ட வெப்பநிலை மற்றும் ஈரப்பதம் நிலவும் அறைகளில் ஆண்டு முழுவதும் பதப்படுத்தப்படுகின்றன.

அவைத் தவிர வலின் Bow-களை வளமைப்படுத்த ரொசின் தடவப்படுகிறது. இந்த ஈரத்தன்மை பாடல் கேட்பவர்களின் நெஞ்சங்களில் எப்போதும் இருக்கச் செய்வதற்காகவோ என்னவோ, வயலின்களைக் கொண்டு பாடல் கேட்பவர்களின் வலிகளை வதம் செய்து கொண்டேயிருக்கிறார் இளையராஜா...

26

'மல்லிகையே மல்லிகையே தூதாக போ...'
கட்டிப்போடும் தபேலாவின் தாளநடை!

ராகதேவனின் இசைப்பயணம் 1990களை தொட்டிருந்த காலக்கட்டம் அது. 90-களின் தொடக்கத்தில் இருந்தே பல புதிய இயக்குநர்களின் வரவைக் கண்டிருந்தது தமிழ் சினிமா. அந்தநேரத்தில் படுபிசியாக இருந்த நடிகர்கள் கார்த்திக், பிரபு, சத்யராஜ், ராமராஜன் ஆகியோரது திரைப்படங்களுக்கும், அந்த நேரத்தில் அறிமுகமான பல புதிய நடிகர்களின் திரைப்படங்களுக்கும் இசைஞானி இளையராஜா இசை அமைத்திருந்தார். குறிப்பாக, நடிகர் கார்த்திக்கின் பல வெற்றிப் படங்களுக்கு ராஜாவின் இசை பக்கபலமாக இருந்தது.

தென் மாவட்டங்களில் நடைபெறும் திருவிழா, காதுகுத்து, கல்யாணம், கிடாவெட்டு உள்ளிட்ட நிகழ்ச்சிகளிலும், திண்டுக்கல், மதுரை, தேனி, விருதுநகர், திருநெல்வேலி சுற்றுவட்டார அரசுப் பேருந்துகள், மின் பஸ்களின் பயணங்களிலும் இசைஞானியின் இசையில் நடிகர் கார்த்திக் நடித்த திரைப்படங்களின் பாடல்கள் இல்லாமல் நிறைவு பெறாது.

நடிகர் கார்த்திக்கின் பல திரைப்படங்கள், கிராமத்துப் பின்னணியை கதைக்களமாக கொண்டிருந்தன. இதனால் அந்த படங்களில் இடம்பெற்ற பாடல்கள் மக்களின் மனதுக்கு மிகவும் நெருக்கமானதாக இருந்தன.

இயக்குநர் என்.கே.விஸ்வநாதன் இயக்கத்தில், கடந்த 1990-ம்

ஆண்டு வெளிவந்த திரைப்படம் 'பெரிய வீட்டு பண்ணக்காரன்'. இந்த திரைப்படத்தில் வெளிவந்த எல்லா பாடல்களுமே சூப்பர் ஹிட் ரகம். அதிலும் கே.ஜே.ஜேசுதாஸ் மற்றும் சித்ரா ஆகியோர் இணைந்து பாடியிருக்கும் 'மல்லிகையே மல்லிகையே தூதாக போ பாடல்' பலரது விருப்பத்துக்குரிய பாடல். 34 ஆண்டுகளுக்குப் பின்னரும், இன்றளவும் எஃப்எம்களில் குறைந்தபட்சம் ஒருமுறையாவது நேயர் விருப்பப் பாடல்களாக கேட்கப்படும் பாடலாக இருக்கக்கூடியது. இந்தப் பாடலை கவிஞர் நா.காமராசன் எழுதியிருப்பார். பாடல் வரிகளில் ஒரு அழகான காதல் கவிதையை விவரித்திருப்பார்.

இப்பாடலின் தொடக்க இசையில் மலை உச்சியிலிருந்து கொட்டும் அருவிக்கு இடைநில்லாமல் வந்து கொண்டிருக்கும் நீரோட்டத்தைப் போல, வயலின்களின் ஊடே ஒரு பெரும் பாய்ச்சலை செய்திருப்பார் இசைஞானி அந்த தொடக்க இசை கேட்பவர்களை கிறங்கடிக்கும். அதன்பின் வரும், ஆஆஆஆஆ என்ற கோரஸின் வழியே, மேலிருந்து கீழ்நோக்கி பூமழை போல கொட்டும் அருவி தண்ணீரின் குளுமை நம் உள்ளங்களை நனைத்திருப்பார் இசைஞானி. மேலிருந்து கொட்டிய தண்ணீர் உச்சந்தலை வழி புகுந்து இதயத்துக்குள் நுழையும் சுகத்தைத்தான் பாடலின் பல்லவி தொடங்குவதற்கு முன்வரும் அந்த நொடிபொழுது இடைவெளியில் வரும் புல்லாங்குழலின் இசை கொடுத்திருக்கும். அங்கிருந்து பாடலின் பல்லவி தொடங்கியிருக்கும்.

> *"மல்லிகையே மல்லிகையே
> தூதாக போ
> துள்ளி வரும் தென்றலையே
> நீ சேர்த்து போ
> நோய் கொண்டு நான்
> சிறு நூலாகிறேன்
> தேயாமலே
> பிறை போல் ஆகிறேன்
> தாங்காது
> இனி தாங்காது"* என எழுதப்பட்டிருக்கும்.

இதனைத்தொடர்ந்து கிடார், கீபோர்ட் முதல் சரணத்துக்கு முன்வரும் இடையிசையை ஆக்கிரமித்துக் கொள்ள அமைதியாக பேக்கப்பில் வயலின்கள் அலைபோல் மிதந்தோடிக் கொண்டிருக்கும். அப்போது தனி ஆவர்த்தனமாய் வந்துசேரும் புல்லாங்குழலோடு இணைசேரும் தருணத்தில் வயலின்கள் மீண்டும் உயிர்பெறும். பின் புல்லாங்குழலும் வயலினும் மாறிமாறி நடத்தும் கொஞ்சல்கள் பாடல் கேட்பவர்களின் நெஞ்சை அள்ளும். அங்கிருந்து ஜேசுதாஸ் பாடலின் முதல் சரணத்தை தொடங்குவார்.

> *"சந்திரனும் சுட்டது இங்கே
> சந்தனமும் போனது எங்கே
> ஒத்தையிலே நிக்குறேன் கண்ணே
> நித்திரையும் கெட்டது பெண்ணே
> மணிக்குயில் பாடும்
> குரல் கேட்டு வருவாயா
> தனிமையில் வந்து
> ஒன்று கேட்டால் தருவாயா
> மீண்டும் மீண்டும் நீ
> அதை கேட்டுப் பாரம்மா"* என முதல் சரணம் எழுதப்பட்டிருக்கும்.

இப்பாடலின் இரண்டாவது சரணத்துக்கு முன்வரும் இடையிசையை, இரண்டு குச்சிகளின் டைம்மிங் உடன் தொடங்கப்பட்டிருக்கும். அதைத்தொடர்ந்து

> *"தன தந்த தன தந்த
> தன தந்த தன தந்த
> நான் நானா நானா"* என்ற கோரஸின் இடையே வரும்

புல்லாங்குழல் இசை, வெற்றுடம்பில் குழைத்து அரைத்த சந்தனத்தைப் பூசும் சுகத்தைக் கொடுத்திருக்கும். பின் ஆர்ப்பரிக்கும் வயலின்களின் பேக்கப்பில் கிடார் சேர்த்து இமைகளை மூடி நம்மை ரசிக்கவைத்து, இரண்டாவது சரணம் தொடங்குவதற்கு முன்வரும் கடுகளவு இடைவெளிக்குள் புல்லாங்குழலை மீண்டும் இசைக்க வைத்து, தும்பிகளைப் போல இதயத்துக்குள் பறக்கவிட்டு, பாடலின் இரண்டாவது சரணத்துக்குக் கூட்டிச் செல்வார் ஞானதேவன் இளையராஜா.

"என் மனசு என்னிடம் இல்லை
ராத்திரியில் எத்தனை தொல்லை
செண்பகமும் மல்லிகை மொட்டும்
வந்து வந்து வாட்டுது என்னை
கனவுகள் போலே
கண்ணில் நீயே வரும் நேரம்
மனதினில் பாலும்
இன்ப தேனும் கலைந்தோடும்
ஆடி பாட தான்
வரும் ஆசை தேறுமே"
என இரண்டாவது சரணம் முடிவுறும்.

இந்தப் பாடல் முழுக்கவே தபேலாவின் தாளநடை பாடல் கேட்பவர்களை வெகுவாக கவர்ந்திருக்கும். முதல் மற்றும் இரண்டாவது சரணங்களில் தபேலாவின் தாள லயத்தில் மூன்று சேஞ்ச் ஓவர்களை செய்துகாட்டி பாடலுக்கு மெருகேற்றியிருப்பார் ராகதேவன். ராஜாவின் நாதம் குன்றா கீதங்களால் நம் ஒவ்வொரு நாளும் நீளும்...

27

'நீ பாதி நான் பாதி கண்ணே...'
சுமையான சுகமான சுமை நீ!

1990-ல் இசைஞானி இளையராஜா 24×7, தமிழ், தெலுங்கு, மலையாளம், இந்தி என பல்வேறு மொழித் திரைப்படங்களுக்கு இசையமைத்துக் கொண்டிருந்தார். அந்த ஆண்டின் ஜூலையில் வெளியான அஞ்சலி திரைப்படம் மூலம் 500 படங்களுக்கு இசையமைத்த சாதனையை ஞானியார் எட்டியிருந்தார். இது தவிர அந்த வருடத்தில் வெளியான அதிசயப்பிறவி, மைக்கேல் மதன காமராஜன், மல்லுவேட்டி மைனர், சத்ரியன், பாட்டுக்கு நான் அடிமை, என்னுயிர்த் தோழன், பொண்டாட்டித் தேவை, கிழக்கு வாசல், பணக்காரன், நடிகன், மவுனம் சம்மதம், அரங்கேற்ற வேளை, சிறையில் பூத்த சின்ன மலர் உள்பட எக்கச்சக்கமான திரைப்படங்களுக்கு ராஜாதான் இசையமைத்திருந்தார். இந்தப்பட்டியலைப் பார்த்தாலே தெரியும், எல்லா ஆல்பமுமே மியூசிக்கல் ஹிட் அடித்தவை.

அந்த வருடத்தில் இயக்குநராக அறிமுகமானவர் வசந்த். அவரது முதல் படமான கேளடி கண்மணி திரைப்படத்துக்கு மிகப்பெரிய வரவேற்பு கிடைத்தது. இந்தப் படத்தில் இடம்பெற்ற பாடல்களும் இன்றுவரை கொண்டாடப்பட்டுக் கொண்டிருக்கிறது. குறிப்பாக 'நீ பாதி

நான் பாதி கண்ணே' பாடல் இரவு நேர ரீபிட் மோட் பிளே லிஸ்டில் தவறாமல் இடம்பிடித்திருக்கும். இப்பாடலை கவிஞர் வாலி எழுத, கே.ஜே.ஜேசுதாஸ், உமா ரமணன் பாடியிருப்பர்.

சீழ்கை ஒலி எழுப்பி, சிறகடித்துப் பறக்கும் பறவைகளின் இறகுகளை இரவல் வாங்கி, அலைகளின் தாலாட்டில் நீந்திக் கொண்டிருக்கும் கடலின் மேல் பறக்க எத்தனிக்கும் ஒரு இளஞ்சோடிகளின் காதல்தான் இந்த பாடல். பறவைகளின் சிறகடிக்கும் ஓசையின் முடிவில், எங்கோ தூரத்தில் இருந்து வரும் அண்ணன் அருண்மொழியின் புல்லாங்குழல் இசையில், அந்த பறவைகளின் சிறகுகளுக்கும் அதன் உடலுக்கும் இடையே உள்ள வெப்பத்தின் கதகதப்பை பாடல் கேட்பவர்களுக்கு கடத்தியிருப்பார் இசைஞானி. பின் அங்கிருந்து தொடங்கும் வீணையின் நாதத்திலும், சீறிப்பாய்ந்த அலை போல் எழும் வயலின்களின் இசையாலும் ஆழ்கடலில் நம்மை மையல் கொள்ளச் செய்திருப்பார். அங்கிருந்து பாடலின் பல்லவி தொடங்கியிருக்கும்.

"நீ பாதி நான் பாதி கண்ணே
அருகில் நீயின்றி தூங்காது கண்ணே
நீ பாதி நான் பாதி கண்ணே
அருகில் நீயின்றி தூங்காது கண்ணே
நீயில்லையே இனி
நானில்லையே உயிர் நீயே"
என்று எழுதப்பட்டிருக்கும்.

காதல் துளிர்த்து, செழித்து விளையும் பொழுதுகளில் பேசி தீர்க்கப்படும் வார்த்தைகள்தான் இவை எல்லாம். இருப்பினும் நேர்த்தியான

முத்துக்களை சேர்த்துக் கோர்த்ததைப் போல் நெய்திருப்பார் காவியக் கவிஞர் வாலியின் வரிகளும், ஞானியாரின் இசையும்.

முதல் சரணத்துக்கு முன்வரும் தொடக்க இசையில், கிடார், கீபோர்ட், மேண்டலின், வயலின்களென ஒவ்வொன்றாய் அணிசேர, பின்தொடரும் புல்லாங்குழல் பாடல் கேட்பவர்களின் இதயங்களை மென்மையாக வருடியிருக்கும். அதன்பிறகான சின்ன இடைவெளிக்குள் அத்தனை அழகாய் வீணையை நாணம் கொள்ளச் செய்து, நம்மை உச்சிக்கொட்ட வைத்து சொக்கிப் போக செய்திருப்பார் ஞானதேவன். அங்கிருந்து பாடலின் முதல் சரணம் தொடங்கியிருக்கும்.

"வானப்பறவை வாழ நினைத்தால்
வாசல் திறக்கும் வேடந்தாங்கல்
கானப்பறவை பாட நினைத்தால்
கையில் விழுந்த பருவப்பாடல்
மஞ்சள் மணக்கும் என் நெற்றி வைத்த
பொட்டுக்கொரு அர்த்தமிருக்கும் உன்னாலே
மெல்ல சிரிக்கும் உன் முத்துநகை
ரத்தினத்தை அள்ளித்தெளிக்கும் முன்னாலே
மெய்யானது உயிர் மெய்யாகவே தடையேது"

என்று அது எழுதப்பட்டிருக்கும்.

காதல் வயப்படும் பொழுதுகளில் எல்லாம் இந்த உலகமே யாருமற்ற தனிமைகளாக மாறிவிடக்கூடாதா? என்றொண்ணத் தோன்றும். அதனால்தான், காதல் படரத் தொடங்கிய காலம் எப்போதும் பாசி போல பலரது நினைவுகளிலும் படிந்துக் கிடக்கிறது. இதைத்தான், முதல் சரணத்தின் வரிகளும், இசையும் ஒருசேர உணர்த்தியிருக்கும்.

இரண்டாவது சரணத்துக்கு முன்வரும் தொடக்க இசையில்,டைமிங்கில் இசைக்கப்பட்டிருக்கும் கம்பிக்கருவிகள் ஏதோ ஒரு அதிசயத்தை நிகழ்த்த தயார்படுத்திக் கொண்டிருக்க, ஆராவாரமின்றி வரும் அண்ணன் அருண்மொழியின் புல்லாங்குழலின் மெல்லிசை, மூச்சுக்குழல் வழிசென்று மூச்சுக்கிளை குழாய்கள் மூலம் நுரையீரலின் நுண்காற்றுப்பைகளை நிரப்பும் அதிசயத்தை செய்திருக்கும். அங்கிருந்து பாடலின் இரண்டாவது சரணம் தொடங்கியிருக்கும்.

"இடது விழியில் தூசி விழுந்தால்
வலது விழியும் கலங்கி விடுமே

இருட்டில் கூட இருக்கும் நிழல் நான்
இறுதி வரைக்கும் தொடர்ந்து வருவேன்
சொர்க்கம் எதற்கு என் பொன்னுலகம்
பெண்ணுருவில் பக்கம் இருக்கு கண்ணே வா
இந்த மனம்தான் என் மன்னவனும்
வந்து உலவும் நந்தவனம் தான் அன்பே வா
சுமையானது ஒரு சுகமானது
சுவை நீ தான்",
என்று இரண்டாவது சரணம் முடிந்திருக்கும்.

மனித மனங்களை அகவயப்படுத்திக் கொள்வதில் காதலுக்கு நிகர் ஏதுமில்லை. ஈர்ப்பு, இணக்கம் என நீளும் பல்வேறு படிநிலைகளைக் கொண்ட காதல் பயணத்தில் ஒருவரையொருவர் உடைமையாக உணரத் தொடங்கும் தருணங்கள் அழகான ஆபத்து நிறைந்தவை என்பதை இந்தப் பாடலில் வரும் ராஜாவின் இசை, தெளிவுபடுத்தியிருக்கும்.

இப்படி இந்தப் பாடல் முழுவதையும் கேட்கும் போதெல்லாம் கொண்டாடி மகிழ ஏராளமான சேதிகள் நிறைந்திருக்கும். குறிப்பாக இணைப்பிரியா காதலை உணர்த்தும் பாடல் என்பதால், இசைஞானி பாடலில் பெரும்பாலான இடங்களை தனது ஆகச்சிறந்த இசையால் நிரப்பியிருப்பார்.

அதுவும் அந்த பல்லவியில்,

"நீ பாதி நான் பாதி கண்ணே,
அருகில் நீயின்றி தூங்காது கண்ணே,
நீயில்லையே,
இனிநானில்லையே,
உயிர் நீயே..." -
இந்த ஒவ்வொரு வரியும் முடிந்து தொடங்கும் இடங்களில் எல்லாம் மேஸ்ட்ரோவின் மியூசிக்கல் மேஜிக்கை ரசித்து மகிழலாம். அதுவும் அந்த **"உயிர் நீயே"** முடிந்து **"நீ பாதி நான்பாதி"** வரி தொடங்கும் முன்பாக வரும் தபேலாவின் தீர்மானத்தைக் கேட்கும் போதெல்லாம், நம்மையும் அறியாமல் உரக்கச் சொல்லி விடுவோம், 'அதனால்தான் அவர் இசைஞானி' என்று.

28

'பச்ச மலப்பூவு
நீ உச்சி மலத்தேனு...'

காதோரம் சங்கதி பாடும் லோலாக்கு!

இயக்குநர் ஆர்.வி.உதயகுமார் இயக்கத்தில் 1990-ம் ஆண்டு வெளிவந்த திரைப்படம் 'கிழக்கு வாசல்'. இளையராஜாவின் இசையில் அதிகமான ஹிட் பாடல் வாய்க்கப் பெற்றவர்களில் நடிகர் கார்த்திக் மிக முக்கியமானவர். அவரது அறிமுக திரைப்படம் தொடங்கி, ராஜாவின் இசையில் அவர் நடித்த படங்களில் இடம்பெற்றுள்ள பாடல்கள் அத்தனையும் காலத்தால் அழிக்க முடியாத காவிய படைப்புகள். அந்த வகையில் இந்தப் படத்தின் பாடல்கள் அனைத்துமே ரசிகர்களின் மனதுக்கு எப்போதுமே மிகவும் நெருக்கமானவை.

அழும் குழந்தைகளுக்கு நிலாவைக் காட்டி சோறூட்டுவோம். தூரத்து வானத்தின் நிலாத்துண்டையும் சேர்த்து உண்ணும் குழந்தைகள் சிறிது நேரத்தில் உறங்கிப்போகும். இசைஞானி இளையராஜாவின் இசையும் இப்படி நிலாவைக்காட்டி சோறூட்டுபவைதான். அதற்கு மிகச் சிறந்த உதாரணம் இந்தப் பாடல்.

பெரும்பாலான ராஜா பாடல்கள், கேட்பவர்களை மயங்கி, கிறங்க வைக்கும். ஆனால், இந்தப் பாடல் உண்மையாகவே உறங்கவைக்கும். காரணம், பச்சமலப்பூவு, உச்சிமலத்தேனு போன்ற மிக எளிமையான சொற்களைக் கொண்டு பாடல் எழுதப்பட்டிருப்பதோடு, மறைந்த பின்னணிப் பாடகர் எஸ்பிபி இந்தப் பாடலை அத்தனை வாஞ்சையோடு

பாடியிருப்பார். அதற்கேற்ற வகையில் ராஜாவும் தனது இசைக்கோர்ப்பால் இந்தப் பாடலைக் கேட்பவர்களின் மனங்களில் நிலைநிறுத்தியிருப்பார்.

இந்த பாடலை இயக்குநர் ஆர்.வி.உதயகுமார் எழுதியிருப்பார். எஸ்பிபி குரலில்தான் இந்தப் பாடலை பதிவு செய்ய வேண்டும் என்று பல நாட்கள் காத்திருந்ததாக அவர் பல பேட்டிகளில் கூறியிருப்பார். அந்த காத்திருப்புக்கு எஸ்பிபியும் நியாயம் செய்திருப்பார்.

மரத்தூண் ஒன்றில் தாளம் தட்டியபடிதான் இந்தப் பாடலின் பல்லவி தொடங்கியருக்கும். ***"பச்ச மலப் பூவு நீ உச்சி மலத் தேனு, குத்தங்கொற ஏது நீ நந்தவனத் தேரு"*** இந்த வரிகளை பாடி முடித்தப் பிறகு, வரும் புல்லாங்குழல் போதும்... பாடல் கேட்பவர்கள் மெய்,வாய், கண் எல்லாம் சொக்கிப் போகும். அதுவும் அந்தப் புல்லாங்குழல் இசை முடிந்த கணத்தில் விழும் கிடார் கார்ட்டைத் தொடர்ந்து பாடலின் பல்லவி தபோலாவுடன் சேர்ந்து தொடங்கப்பட்டிருக்கும் அழகே ஒரு கவிதை போல் அமைக்கப்பட்டிருக்கும்.

"பச்ச மலப்பூவு நீ உச்சி மல தேனு
குத்தங்குறை ஏது நீ நந்தவனத் தேரு
அழகே பொன்னுமணி
சிரிச்சா வெள்ளிமணி
கிளியே கண்ணுறங்கு தூரி தூரி ஹோய்"

என்று பாடலின் பல்லவி எழுதப்பட்டிருக்கும். "அழகே பொன்னுமணி, சிரிச்சா வெள்ளிமணி" இந்த வரிகளுக்கு இடைப்பட்ட இடைவெளிக்குள் புல்லாங்குழலை சிணுங்க செய்து, பாடல் கேட்பவர்களை செல்லமாக கொஞ்சியிருப்பார் ராகதேவன்.

முதல் சரணத்துக்கு முன்வரும் இடையிசை புல்லாங்குழலில் இருந்தே தொடங்கப்பட்டிருக்கும். அது முடியும் இடத்தில் பாடல் கேட்பவர்களின் மனங்களைப் பிடிக்க வயலின்களைக் கொண்டு வலைவீசி, சிக்கிக்கொண்டவர்களின் மனங்கள் துள்ளிக் குதிப்பதை சந்தூரின் இசையால் அள்ளி எடுத்திருப்பார் ஞானதேவன்.

"காத்தோடு மலராட கார்குழலாட
காதோரம் லோலாக்கு சங்கதி பாட
மஞ்சளோ தேகம் கொஞ்ச வரும் மேகம்
அஞ்சுகம் தூங்க கொண்டு வரும் ராகம்
நிலவ வான் நிலவ நான் புடிச்சு வாரேன்
குயிலே பூங்குயிலே பாட்டெடுத்துத் தாரேன் ஹோய்".

இந்தப் பாடல் கேட்பவர்களை உறங்க வைக்க வேண்டும் என்பதாலோ என்னவோ இந்தப் பாடலின் எந்த வார்த்தையையும் அழுந்தப் பாடப்பட்டிருக்காது. அதுவும், "மஞ்சளோ தேகம் கொஞ்ச வரும் மேகம்", "அஞ்சுகம் தூங்க கொண்டு வரும் ராகம்", வரிகளை எல்லாம், நீராகாரத்தில் கற்றாழையை கலந்து குடிப்பது போல அவ்வளவு லாவகமாக பாடப்பட்டிருக்கும்.

இரண்டாவது சரணத்துக்கு முன்வரும் இடையிசை கிடாரில் இருந்து தொடங்க, அதன் பின்னணியில் புல்லாங்குழல் இசை பாடல் கேட்பவர்களின் மனங்களில் தொக்கி நிற்கும் மென் சோகத்தை வெளிப்படுத்தும். தொடர்ந்து வரும் வயலின்களின் துணைகொண்டு பாடல் கேட்பவர்களின் மனங்களை தூரிகட்டி ஆட வைத்திருப்பார் இசைஞானி. அதன்பின் புல்லாங்குழலும், கிடாரும் ஒன்றையொன்று கொஞ்சிக் கொள்ள பாடல் கேட்பவர்கள் நெஞ்சம் துள்ளும்.

"பூநாத்து முகம் பார்த்து வெண்ணிலா நாண
தாளாமல் தடம் பார்த்து வந்த வழி போக
சித்திரத்துச் சோல முத்துமணி மாலை
மொத்ததுல தாரேன் துக்கமென்ன மானே
வண்ணமா வானவில்லில் நூலெடுத்து வாரேன்
விண்ணிலே நூல்புடிச்சு சேல தச்சுத் தாரேன் ஹோய்"

- இந்த இரண்டாவது சரணத்தில், பூநாத்து முகம் பார்த்து வெண்ணிலா நாண, என்ற வரியை எஸ்பிபி பாடும்போது, நா...ண என்று இழுத்து பாடியிருப்பார் அந்த இடத்தில் நிச்சயம் நிலா வெட்கப்பட்டிருக்கும்.

இந்தப் பாடலில் நிலா வெளிச்சம் வீட்டில் விழும் வகையில் திறந்தவெளியுடன், நான்கு புறமும் திண்ணை வைத்த வீட்டில் விளக்குகள் ஏற்றப்பட்டிருக்கும். திண்ணையின் ஒருபுறத்தில் ஆளுயர ஊஞ்சல் ஒன்றும் ஆடிகொண்டிருக்கும். இவைத் தவிர பொள்ளாச்சியின் பசுமையும் குளிர்ச்சியும் அந்த வீட்டுக்குள் நிரம்பியிருக்கும். காட்சிப் படிமங்களான இவை அனைத்தையும் மறக்கச் செய்து, கிடார், கீபோர்ட், புல்லாங்குழல், வயலின்கள், தபேலா மற்றும் பிற தாள வாத்தியங்களால் பாடல் கேட்பவர்களின் மனதினுள் இசை படிமங்களாக கடத்தியிருப்பார் ராகதேவன்...

29

‘ஆகாய வெண்ணிலாவே’

கிறங்கடிக்கும் ‘கிராஸ் ரிதம்’!

இசைஞானி இளையராஜாவின் இசையில் கடந்த 1990-ம் ஆண்டு வெளிவந்த திரைப்பம் ‘அரங்கேற்ற வேளை’. இப்படத்தின் இயக்குநர் பாசில். பாசில்-இளையராஜா காம்போவில் வந்த திரைப்படங்கள் அனைத்துமே எவர்கிரீன் நினைவுகள் பொதிந்தவை. பூவே பூச்சூடுவா, பூவிழி வாசலிலே, என் பொம்முக்குட்டி அம்மாவுக்கு, வருஷம் 16 திரைப்படங்களைத் தொடர்ந்து இளையராஜா - பாசில் காம்போவில் வந்த திரைப்படம்தான் இது. படத்தில் வரும் நான்கு பாடல்களில் ‘ஆகாய வெண்ணிலாவே’ பாடல் இன்றுவரை இசை ரசிகர்களின் பெட் டைம் பேஃவரைட் பாடல்.

ஒவ்வொரு முறை இந்தப் பாடல் கேட்கும்போதும் பாடல் கேட்பவர்களின் மனம் இளகிப் போகும். ராகதேவனின் இசைக்கேற்றபடி, இப்பாடலை கவிஞர் வாலி, சிற்பங்களைச் செதுக்குவது போல் செதுக்கியிருப்பார். ஒவ்வொரு வரியையும் எதுகை மோனையால் அடுக்கி பாடல் கேட்பவர்களை வானுயர பறக்கச் செய்திருப்பார். மரபு கவிதை போல் மனங்களைக் குளிரச் செய்திருக்கும் இந்தப் பாடலை ஜேசுதாஸுடன் இணைந்து உமா ரமணன் பாடியிருப்பார். அடர்த்தியான ஜேசுதாஸின் குரலோடு இணைந்து உமா ரமணன் பாடுவது, அசைவற்ற நீல வண்ணத்தில் மின்னி மறையும் வெள்ளிச்சிதறலைப் பார்ப்பது போன்ற உணர்வைக் கொடுத்திருக்கும்.

"ஆகாய வெண்ணிலாவே தரை மீது வந்ததேனோ" என்று ஜேசுதாஸ் தொடங்க, "அழகான ஆடை சூடி அரங்கேறும் வேளைதானோ" என்று உமா ரமணன் பின்தொடர்வார். அங்கிருந்து பாடலின் தொடக்க இசை ஆரம்பிக்கும். மென்மையான இந்தப் பாடலுக்கு வீணையை போல மிருதுவாக கிடாரை மீட்டியிருப்பார் இளையராஜா. அந்த மிருதுவான கிடாரும் அதன் உடன்சேரும் தபேலாவும் ஒன்றையொன்று கொஞ்சிக் கொள்ள, கொஞ்சம் பெல்ஸும் சேர்ந்து டைம்மிங் போட, பாடலின் பல்லவி தொடங்கியிருக்கும்.

"ஆகாய வெண்ணிலாவே தரை மீது வந்ததேனோ
அழகான ஆடை சூடி அரங்கேறும் வேளைதானோ
மலர் சூடும் கூந்தலே மழைக் காலமேகமாய் கூட
உறவாடும் விழிகளே இரு வெள்ளி மீன்களாய் ஆட"
என்று பாடலின் பல்லவி வரிகளில் நிலவு, வானம், நட்சத்திரங்களை விவரிப்பது போல நாயகியை அழகான தமிழ் சொற்களைக் கொண்டு வர்ணித்திருப்பார் வாலி.

முதல் சரணத்துக்கு முன்வரும் இடையிசை வயலின்கள், புல்லாங்குழல், தபேலா கொண்டு இசைக்கப்பட்டிருக்கும். அதுவும் தொடக்கத்தில் வரும் ஒற்றை வயலின் பாடல் கேட்பவர்களின் மனங்களை சுக்குநூறாக்கிவிடும். இந்தப்பாடல் ஒரு வயதானவர் மற்றும் நாயகன் நாயகியென மூவரது பார்வையில் இருந்து விரியும். மூவரின் ரசனைக்கு ஏற்ற மாற்றங்களை ராஜா பாடலில் செய்திருப்பார். அதன்படி வயதானவரின் கற்பனையில் நாயகன் நாயகி பாடுவது போல் பாடல்

தொடங்குவதால், அதற்கு ஏற்றபடி, முதல் இடையிசையை ராஜா அமைத்திருப்பார்.

கவுன்டர்பாயின்ட் இசை வடிவத்தை இந்த இசைக்கோர்ப்பில் உணரமுடியும். இருவேறு இசை குறிப்புகள் ஒரே நேரத்தில் இசைக்கப்படுவது கவுன்டர்பாயின்ட். இந்த வடிவத்தில் இசைக்கோர்ப்பு செய்வதில் ஆகச்சிறந்தவர் இசைஞானி. முதல் இடையிசையில், சோலா வயலின் ஒரு போக்கில் சென்று கொண்டிருக்க, ஒரு செட் ஆஃப் ஸ்ட்ரிங்ஸ் மற்றொரு இசைக்குறிப்புகளை இசைத்துக் கொண்டிருக்கும். இந்த இடையிசையின் இறுதியில், மனதை கொள்ளை கொள்ளும் அந்த புல்லாங்குழல் இசை, அதுவரை அமைதியாக பாடல் கேட்டுக்கொண்டிருந்தவர்களை ஆரத்தழுவி ரீங்கரித்துக்கொள்ளும். அங்கிருந்து பாடலின் முதல் சரணம் தொடங்கும்.

"தேவார சந்தம் கொண்டு தினம் பாடும் தென்றல் உண்டு
பூவாரம் சூடிக்கொண்டு தலை வாசல் வந்ததின்று
தென்பாண்டி மன்னன் என்று திரு மேனி வண்ணம் கண்டு
மடியேறி வாழும் பெண்மை படியேறி வந்ததின்று
இளநீரும் பாலும் தேனும் இதழோரம் வாங்க வேண்டும்
கொடுத்தாலும் காதல் தாபம் குறையாமல் ஏங்க வேண்டும்
கடல் போன்ற ஆசையில் மடல் வாழை மேனி தான் ஆட
நடு சாம வேளையில் நெடு நேரம் நெஞ்சமே கூட"

என்ற வரிகளைக் கேட்கும் போதுதான் பாடல் கேட்பவர்களுக்கு Poetகளுக்கும், கவிஞருக்கும் உள்ள வித்தியாசத்தை தெரிந்து கொள்ள முடியும்.

இரண்டாவது சரணத்துக்கு முன்வரும் இடையிசையை கீபோர்டிலிருந்து ஞானியார் தொடங்கியிருப்பார். பாடலின் இப்பகுதி நாயகியின் பார்வையில் இருந்து விரியும். கிடாருக்கு பேக்கப்பாக, அலை போல வீசிக் கொண்டிருக்கும் வயலின்கள் பாடல் கேட்பவர்களின் மனங்களை நனைத்துக் கொண்டிருக்க, சில செகன்ட்களே வரும் புல்லாங்குழல் வயலின்கள் எழுப்பும் கேள்விகளுக்கு பதிலளிப்பது போல பாடல் கேட்பவர்களின் உள்ளங்களை வசியம் செய்திழுக்கும். அங்கிருந்து பாடலின் இரண்டாவது சரணம் தொடங்கும்.

"தேவாதி தேவர் கூட்டம் துதி பாடும் தெய்வ ரூபம்
பாதாதி கேசமெங்கும் ஒளி வீசும் கோவில் தீபம்
வாடாத பாரிஜாதம் நடை போடும் வண்ண பாதம்

கேளாத வேணு கானம் கிளி பேச்சில் கேட்கக் கூடும்
அடியாளின் ஜீவன் மேவி அதிகாரம் செய்வதென்ன
அலங்கார தேவ தேவி அவதாரம் செய்ததென்ன
இசை வீணை வாடுதோ இதமான கைகளை மீட்ட
சுதியோடு சேருமோ சுகமான ராகமே காட்ட"
என்று பாடலின் இரண்டாவது சரணம், எழுதப்பட்டிருக்கும்.

பாடல் வரிகளின் கவித்துவம், மேஸ்ட்ரோவின் மெஸ்மரைசிங் இசைக்கோர்ப்பு, ஜேசுதாஸ் உமாரமணன் குரல்களின் வசீகரம் என இந்த பாடல் ஒவ்வொரு முறை கேட்கும்போதும் பாடல் கேட்பவர்களின் இரவுகளை தனது இசையால் களவாடியிருப்பார் இசைஞானி.

'கிராஸ் ரிதம்': இப்பாடலின் மிக முக்கியமான விசயம் தபேலாவின் தாளநடை. ராஜாவின் பாடல்கள் குறித்தும், இசைக்கோர்ப்புகள் குறித்தும் சிலாகிக்கும் பலர் மறந்துபோவது ஒன்றுதான். அவரது ரிதம் பேட்டர்ன் பற்றி அதிகம் பேசப்படுவதே இல்லை. இந்த குறை பலருக்கும் இருக்கவே செய்கிறது. தொலைக்காட்சி நிகழ்ச்சியொன்றில் இளையராஜாவிடம், எப்படி ஒவ்வொரு பாட்டுக்கும், இதுபோல ரிதம் பேட்டர்ன் வித்தியாசமாக அமைக்கிறீர்கள்? என்று கேட்கப்படும். அதற்கு, வெகு சாதாரணமாக ராஜா சொல்கிறார், அன்றைய தினம் இசைக்கருவி இசைக்க வந்திருக்கும் கலைஞர்களைப் பொறுத்தே, ரிதம் பேட்டர்னை இறுதி செய்வதாக கூறியிருப்பார். இளையராஜாவின் பிரதான தபேலா கலைஞர்களாக இருந்தவர்கள் கண்ணையா மற்றும் பிரசாத். டிரம்மராக இருந்தவர் புரு என்ற புருஷோத்தமன்.

எளிமையான கவிதை நடையில் எழுதப்பட்டு கேட்பதற்கு இனிமையாக இருக்கும் இந்தப் பாடல் மிகவும் சிக்கலான தாள வடிவத்தைக் கொண்டது. இரு வெவ்வேறு தாளங்கள் இந்தப் பாடலில் ஒருங்கிணைந்து பயன்படுத்தப்பட்டிருக்கும். பாடலை பாடுவோர் ஒரு தாளத்தில் பாடிக்கொண்டிருக்க, பின்னணி இசையும், இடையிசையும் வேறு ஒரு டைம்மிங்கில் இருக்கும்.

இப்படி இசைப்பது மிகவும் சவாலான காரியம். இதனை 'கிராஸ் ரிதம்' (குறுக்கு தாளம்) என்பர். இதுபோன்ற இசை சவால்களை எல்லாம் டீல் செய்வதில் வல்லவர் இசைஞானி இளையராஜா. ராகங்கள் குறித்தோ, சதுஸ்ரம், ரூபகம், திஸ்ரம் உள்ளிட்ட தாளங்கள் குறித்தோ அறியாத சாமானியர்களுக்கும் இசையை கொண்டு சேர்த்த பெருமை, 'இளையராஜா' என்ற ஒற்றை மந்திரச் சொல்லையே சாரும்.

30

'இரண்டும் ஒன்றோடு ஒன்று சேர்ந்தது'

நொடி முள்ளாய் பின்தொடரும் 'பேஸ் கிட்டார்'!

இசைஞானி இளையராஜாவின் இசையில் கடந்த 1990-ம் ஆண்டு வெளிவந்த திரைப்படம் பணக்காரன். ரஜினிகாந்தின் திரைப்படங்களுக்கு ராஜாவின் இசை எப்போதுமே சிறப்பானதாகவே அமைந்திருக்கும். பெரும்பாலான ரஜினி திரைப்படங்களின் டைட்டில் கார்டிலிருந்தே அந்த இசையின் சிறப்புகளை கவனிக்க முடியும். ரஜினியின் அறிமுகக் காட்சி, சண்டைக்காட்சிகள் என கிடைத்த இடத்தில் எல்லாம், படத்தின் இசையமைப்பாளர், தான் என்பதை உணர வைத்திருப்பார் இசைஞானி. ரஜினியின் வெள்ளி விழா திரைப்படங்களில் பெரும்பாலானவை இளையராஜா இசையில் வெளிவந்தவை.

குறிப்பாக, ரஜினி நடித்த திரைப்படங்களின் பாடல்களிலும், பின்னணி இசைக்கோர்ப்புகளிலும் பிராஸ் (Brass instruments) இசைக்கருவிகளை இசைஞானி அளவுக்கு யாரும் அத்தனை சிறப்பாக பயன்படுத்தியது இல்லை என்றே சொல்லலாம். பொதுவாக பிராஸ் (Brass instruments) இசைக்கருவிகளில் பல வகைகள் இருந்தாலும், ட்ரம்பெட், ட்ராம்போன், ஆல்டோ சாக்ஸ், சுப்ரானோ சாக்ஸ், கிளாரிநெட் ஆகிய கருவிகளை ரஜினி நடித்த படங்களிலும், பாடல்களிலும் பல இடங்களில் கேட்கமுடியும். அந்த மேற்கத்திய இசைக்கருவியின் இணையில்லா சத்தம் ராகதேவனின்

இசையில் பாடல் கேட்பவர்களுக்கு எப்போதும் எனர்ஜி டானிக்காக இருப்பவை.

அப்படித்தான் இந்த 'இரண்டும் ஒன்றோடு ஒன்று சேர்ந்தது' பாடலும், இப்பாடல் எந்த நேரத்தில் கேட்டாலும் நம்மை உற்சாகப்படுத்தும். இந்தப் பாடலை கவிஞர் வாலி எழுதியிருப்பார். எஸ்பிபியுடன் இணைந்து சித்ரா இந்தப் பாடலை பாடியிருப்பார். நள்ளிரவு கடந்து விழித்திருப்போர், பணிகளில் ஈடுபடுவோர், பயணம் செய்வோரின் இரவுநேர பிளே லிஸ்டில் கட்டாயம் இடம்பிடித்திருக்கும் பாடல்தான் இது. உடலும் மனதும் எப்போதெல்லாம் பலவீனமாக உணரப்படுகிறதோ, இந்தப்பாடல் கேட்டால் போதும் புத்துணர்ச்சி தானாக வந்துவிடும்.

இப்பாடலின் தொடக்கமே, கடிகாரம் அதில் உள்ள முட்களின் நகர்வு, பழைய கடிகாரங்களில் உள்ள சாவிகளைத் திருகும்போது கேட்கும் சத்தத்துடன், டிரம்ஸ் சிம்பலின் இசை, டைமிங்கென ராஜா பாடல் கேட்பவர்களை ஓர் அற்புதத்துக்கு ஆயத்தமாக்குவார். அந்த இடத்தில் ஜோடியாய் வரும் ட்ரெம்பட்டும், ட்ராம்போனும் இணைசேரும் இடம்தான், இது சூப்பர் ஸ்டாருக்கான ஒரு மாஸ் ஓப்பனிங் ஜோடிப்பாடல் என்பதை உணர்த்தியிருக்கும். அதைத்தொடர்ந்து வரும் பெல்ஸ்-க்குப் பிறகு எஸ்பிபி, "டிங் டாங் டாங் டிங் டாங்" என்று பாடலின் பல்லவியைத் தொடங்கியிருப்பார்.

“இரண்டும் ஒன்றோடு ஒன்று சேர்ந்தது
ஒன்றும் அசையாமல் நின்று போனது
காதல் காதல் டிங் டாங்
கண்ணில் மின்னல் டிங் டாங்
ஆடல் பாடல் டிங் டாங்
அள்ளும் துள்ளும் டிங் டாங்”

என்று பாடலின் பல்லவி எழுதப்பட்டிருக்கும். பல்லவியின் ஒவ்வொரு வரிகளின் முடிவிலும் பேஸ் கிடாரை இசைத்து, பாடல் கேட்பவர்களின் மனங்களை மகிழ்ச்சியில் மிதக்கச் செய்திருப்பார் இளையராஜா.

இவை முடிந்த இடத்தில் தொடங்கும் சுப்ரானோ சாக்ஸ் இசையில் இருந்து முதல் சரணத்தின் இடையிசை தொடங்கும். சுப்ரானோ சாக்ஸ் விட்டதை ட்ரெம்பட்டும், ட்ராம்போனும் ஒருமுறை சேர்ந்து இசைத்து மகிழும். அங்குதான் பாடலின் 1.30-வது நிமிடத்தில் இருந்து 1.49 வரையிலான காலத்துக்குள் ராகதேவன் அந்த இசை அற்புதத்தை நிகழ்த்தியிருப்பார். அந்த இடத்தில் பேஸ் கிட்டாரும், வயலின்களும் இசைக்கப்பட்டிருக்கும் அழகுக்கு ஈடு இணையே இருக்காது. அதுவும் ஒரே சீராக அச்சுப்பிசகாமல் ஆர்ப்பரித்து செல்லும் அந்த கிடாரின் வேகத்துக்கு பாடல் கேட்பவர்களின் மனதை சுகமாக பறக்க வைத்திருப்பார் இசைஞானி. அங்கிருந்து முதல் சரணம் தொடங்கும்.

“காதலில்லா ஜீவனை நானும் பார்த்ததில்லை
வானமில்லா பூமிதன்னை யாரும் பார்த்ததில்லை
தேகமெங்கும் இன்பம் என்னும் வேதனை வேதனை
நானும் கொஞ்சம் போட வேண்டும் சோதனை சோதனை
உந்தன் கை வந்து தொட்ட சத்தம்
டிங் டா டிங் டாங் டா டிங் டாங்
அன்பு முத்தங்கள் இட்ட சத்தம்
டிங் டா டிங் டாங் டா டிங் டாங்
அங்கும் இங்கும் டிங் டாங்
ஆசை பொங்கும் டிங் டாங்
நெஞ்சில் நெஞ்சம் மஞ்சம் கொள்ளும்”

என்று எழுதப்பட்டிருக்கும்.

இந்த சரணத்தில், “நானும் கொஞ்சம் போட வேண்டும் சோதனை சோதனை”, “அன்பு முத்தங்கள் இட்ட சத்தம்”, இந்த வரிக்கு முன்பு வரும், டிங் டா டிங் டாங் டா டிங் டாங் என்ற வரிகளைப் பாடும்போதும், துண்டு பல்லவியில் வரும் “அள்ளும் துள்ளும் டிங் டாங்” என்ற

வரிகளைப் பாடும்போதும் எஸ்பிபி கொஞ்சியிருப்பார். அதுவும் அந்த "அள்ளும் துள்ளும் டிங் டாங்" என பாடும்போது வரும் அவரது ஸிக்னேச்சர் ஸ்மைல் அவர் இந்த பூமியில் இன்னும் உயிரோடு வாழ்ந்து கொண்டிருப்பதைப் போன்ற உணர்வைக் கொடுத்திருக்கும்.

இப்பாடலின் இரண்டாவது சரணத்துக்கு முன் வரும் இடையிசை டிரம்ஸ் பேக்கப்பில் ட்ரெம்பட், ட்ராம்போனுடன் தொடங்கும். பின்னர் அதனுடன் கிடார், கீபோர்ட் சேர்ந்து வசீகரிக்கும். பிறகு, சற்று நேரத்தில் துணைசேரும் வயலின்கள் அந்த இடையிசை முழுவதையுமே தங்களுக்கானதாக மாற்றிவிடும். அங்கிருந்து தொடங்கும் பாடலின் இரண்டாவது சரணம்.

இரண்டாவது சரணம் முடிந்து, பாடல் முடிவதற்கு முன்வரும் வரும் "டிங் டா டிங் டாங்" என்ற வரிகளை பாடும்போது எஸ்பிபி மீண்டுமொருமுறை சிரித்திருப்பார். இசை ரசிகர்களின் நினைவுகளில் இருந்து அவர் ஒருநாளும் நீங்காமல் இருப்பதையே அந்தச் சிரிப்பு உணர்த்தியிருக்கும்.

"காதல் கண்ணன் தோளிலே நானும் மாலை ஆனேன்
தோளில் நீயும் சாயும்போதும் வானை மண்ணில் பார்த்தேன்
நீயும் நானும் சேரும்போது கோடையும் மார்கழி
வார்த்தை பேச நேரம் ஏது கூந்தலில் பாய் விரி
எங்கு தொட்டாலும் இன்ப நாதம்
டிங் டா டிங் டாங் டா டிங் டாங்
என்றும் தீராது நெஞ்சின் வேகம்
டிங் டா டிங் டாங் டா டிங் டாங்
அங்கும் இங்கும் டிங் டாங்
சொர்க்கம் தங்கும் டிங் டாங்
உந்தன் சேவை எந்தன் தேவை"
என்று பாடலின் இரண்டாவது சரணம் எழுதப்பட்டிருக்கும்.

பேஸ் கிட்டார்: வெஸ்டர்ன் கிளாசிக்கல் இசையில் அதீத புலமை கொண்டவரான இசைஞானியின் டீமில் கிடார் இசைக்க பிரத்யேக கலைஞர்கள் இருந்தனர். குறிப்பாக பேஸ் கிட்டாரிஸ்ட் சசிதரன். ராஜாவின் அக்கா மகனான இவர், மறக்க முடியாத பல பாடல்களுக்கு பேஸ் கிட்டார் வாசித்துள்ளார்.

பொதுவாக நமது கேட்கும் திறன் வெளி காது, நடு காது மற்றும் உள் காது என மூன்றின் செயல்பாடுகளை உள்ளடக்கியது. இதில்

இளையராஜாவின் பாடல்களில் பயன்படுத்தப்படும் இசைக்கருவிகள் மூன்று காதுகளையும் தனித்தனியே செயல்பட வைத்திருக்கும். அந்தளவுக்கு ஒரு பாடலில் இசைக்கருவிகள் இங்கும் அங்குமாக இசைக்கப்பட்டிருக்கும்.

அதுவும் அந்த பேஸ் கிட்டாரின் அடர்த்தி மிகுந்த ஓசை மனதை இதமாக வருடும் தன்மைக் கொண்டது. இந்தப் பாடலில் கிடாரின் ஸ்கேல்ஸ், கார்ட்ஸ் ஒரு பக்கம், பேஸ் கிடார் நோட்டேஷன்ஸ் ஒருபக்கம் என இந்தப் பாடலைக் கேட்கும் பொழுதெல்லாம் நம்மை ஆக்கிரமித்திருப்பார் இசைஞானி. கேட்பதற்கு இதமாகவும், அதேநேரம், பாடல் முழுவதும் காட்சிப்படுத்தப்பட்டிருக்கும் நொடி முள் போலவும் நம்மை பின்தொடர வைக்கும் அந்த பேஸ் கிடார் மீதான வியப்புதான், நமக்குள் புத்துணர்ச்சியைப் புதுப்பித்துக் கொண்டேயிருக்கும்...

31

'கல்யாண தேன்நிலா'
கவிதையாய் இளைப்பாறச் செய்யும் 'கிடார்'!

நிபந்தனையற்ற அன்பையும், காதலையும், துயரங்களையும் படிப்பவர்களுக்குக் கடத்துவதில் கவிதைக்கு நிகர் வேறெதுவும் இருக்க முடியாது. கவிதைகள் வழியே இந்த உலகம் ஓராயிரம் பிரச்சினைகளை பேசியிருந்தாலும், காதலின் ஆதிஅந்தங்களை ஒளிவு மறைவின்றி பேசுவதால் கவிதையை உலகம் முழுவதும் காதலர்களே தங்களுக்கு சொந்தமானதாக கொண்டாடி மகிழ்கின்றனர். சமரசமற்று உண்மையை உரக்க கூறும் சமூகம் சார்ந்த கவிதைகள் வரலாறு முழுக்க நிறைந்திருந்தாலும், காதல் கவிதைகளுக்கான மவுசு எல்லா காலத்திலும் தொடரவேச் செய்கிறது.

வெறுமனே வார்த்தைகளாக இருக்கும்போதே அழகானதாக இருக்கும் கவிதைகள் இசையுடன் சேரும்போது அது மேலும் அழகாகிறது. அதுவும் இசைஞானி இளையராஜாவின் இசையோடு சேரும் கவிதைகள் பேரெழில் கொஞ்சும் படைப்புகளாக மாறுகிறது. அந்த வகையில் இளையராஜா தனது ஆரம்பக் காலம் தொடங்கி, தற்போது வரை எத்தனையோ கவிஞர்களுடன் பணியாற்றியுள்ளார். அதில் மறைந்த கவிஞர் புலமைப்பித்தன் முக்கியமானவர். ராகதேவனுக்கு அவர் எழுதிய பாடல்களின் எண்ணிக்கை அளவில் மிக குறைவானவை என்றாலும், அப்பாடல்கள் ரசிகர்களைச் சென்றடைந்த உயரம் அளவிட முடியாதவை.

இயக்குநர் மது இயக்கத்தில், கடந்த 1990-ம் ஆண்டு இளையராஜாவின் இசையில், வெளிவந்த திரைப்படம் 'மௌனம் சம்மதம்'. மலையாள நடிகரான மம்முட்டி தமிழில் அறிமுகமான திரைப்படம். ஒரு மர்டர் இன்வெஸ்டிகேசன் கோர்ட் ரூம் டிராமாதான் இந்தப் படம். இந்தப் படத்தில் இப்படியொரு மெலடி பாடலா? என கேட்கும்போதெல்லாம் வியக்க வைக்கும் பாடல்தான் 'கல்யாண தேன்நிலா' பாடல். இப்பாடலை ஜேசுதாஸ் உடன் சித்ரா பாடியிருப்பார். பாடல் கேட்பவர்களின் மனது சுகமாக உணரும் பாடல்களுக்கான பட்டியில் இப்பாடலுக்கு நிரந்தர இடமிருக்கும்.

விளக்கமுடியாத வகையில் பிரவாகமெடுக்கும் மகிழ்ச்சி பெருவெள்ளமான காதலையும், அகத்தை நனைக்கச் செய்யும் அதன் குளுமையையும் கேட்பவர்களுக்கு இப்பாடல் கொடுத்திருக்கும். பின்னிரவு நேரத்தில் இரவுடன் கலக்கும் நிலவின் குளிர்ச்சி மயக்கும் தன்மை கொண்டது. இந்நேரத்தில் மலை சூழ்ந்த சமவெளிப் பகுதிகளில் வீசும் காற்று மென்மையைவிட மெலிதானவை. தென்றலாக வீசும் அந்த காற்றில் இரவின் இருளும், நிலவின் குளிர்ச்சியும், மலைகளின் வாசமும், நீரோடைகளின் ஈரமும் கலந்திருக்கும். இப்பாடலும் அப்படித்தான், அருகில் இருப்பதைவிட பிரிந்திருக்கும் நேரத்தில் அதிகரித்திருக்கும் காதலின் தகிப்புகளின் மேல் தவழும் தென்றலைப் போல இழைத்திருப்பார் இளையராஜா.

மிருதுவான கிடார், பெல்ஸ் மற்றும் தாளத்துடன் ஆரம்பிக்கும் பாடலின் தொடக்க இசை. பின்னர் வயலின் செக்ஷன் கேள்விகளைக் கேட்கத் தொடங்க, அதற்கு ஒற்றை வரி பதில்களை கூறுவதுபோல் பதிலளித்திருக்கும் புல்லாங்குழல். பின்னர் அதே புல்லாங்குழலில் ஒரு ஆலாபனை வரும், அங்கிருந்து தொடங்கும் பாடலின் பல்லவி. இந்த தொடக்க இசையே காதலன், காதலி இடையிலான பிரிவு, தவிப்பு, தகிப்பு, காதல், ஏக்கம் என எல்லாவற்றையும் விளக்கியிருக்கும்.

"கல்யாண தேன் நிலா
காய்ச்சாத பால் நிலா
நீதானே வான் நிலா
என்னோடு வா நிலா
தேயாத வெண்ணிலா
உன் காதல் கண்ணிலா
ஆகாயம் மண்ணிலா"

என இப்பாடலின் பல்லவி எழுதப்பட்டிருக்கும்.

தமிழின் அழகு 'ழ' என்றால், காதலின் அழகு நிலா தான். காதல் வாய்த்த பொழுதுகளில் காதலர்கள் பேசிக் கொள்வதற்கான அழகியல் சார்ந்த கன்டென்ட்டுகளில் நிலாவும் ஒன்று. பேச ஏதுமற்ற நேரங்களில் இன்றைக்கு நிலாவைப் பார்த்தாயா? என தொடங்கும் உரையாடல் வேற்று கிரகங்கள், பிற கோள்களையும் கடந்து இரவை நீளமாக்கும்.

இந்தப் பாடலின் எல்லா வரிகளும் 'லா' என்ற எழுத்தில் முடியும் வண்ணம் எழுதப்பட்டிருக்கும். இதற்கு முன்பு இதுபோன்ற உத்தி கொண்ட பாடல்கள் வந்திருந்தாலும், 90-களில், இந்த பாடல் கேட்டவர்களுக்கு புதுமையான அனுபவத்தையே கொடுத்திருந்தது.

முதல் சரணத்துக்கு முன்வரும் இடையிசை கீபோர்ட் சின்தசைஸர் டோனில் தொடங்கும். ஒருபக்கம் கார்ட்ஸ், கிர்க், கிர்க் என்ற ஓசை தரும் ஒரு இசைக்கருவியென இன்னும் பல சேர்ந்திருக்க, அங்கிருந்து வயலின்கள் அதனை ஓவர்டேக் செய்யும். காதலின் சொல்ல முடியாமல் தவிக்கும் வயலின்களின் ஏக்கத்தை குட்டி குட்டியாய் வரும் புல்லாங்குழல் நிரப்பிச் சென்றிருக்கும். இறுதியில் தனது எண்ணத்தை அழுத்தமாக வயலின்கள் பதிவு செய்ய, அந்த அழுத்தத்தை அப்படியே தபேலா உள்வாங்கி பின்தொடர, பாடலின் முதல் சரணம் ஆரம்பித்திருக்கும்.

"தென்பாண்டி கூடலா தேவார பாடலா
தீராத ஊடலா தேன் சிந்தும் கூடலா
என் அன்பு காதலா எந்நாளும் கூடலா
பேரின்பம் மெய்யிலா நீ தீண்டும் கையிலா
பார்ப்போமேஆவலா வா வா நிலா"

என்ற கோரிக்கையுடன் முதல் சரணம் முடிவுக்கு வந்திருக்கும். ஆனால் பாடல் கேட்பவர்களின் மனங்கள் எங்கெங்கோ செல்ல தொடங்கியிருக்கும். **"என் அன்பு காதலா எந்நாளும் கூடலா... பேரின்பம் மெய்யிலா நீ தீண்டும் கையிலா"** என்ற வரியை சித்ரா பாடும்போதும், **"பார்ப்போமேஆவலா வா வா நிலா"** என்று ஜேசுதாஸ் பாடி முடிக்கும் அழகும் நயமும் அப்படியொரு ஆனந்தத்தைக் கொடுத்திருக்கும்.

இரவுகள் எப்போதும் அமைதியானவை. அதுவும் பின்னிரவுகள் பேரமைதியும் கொள்ளையழகும் கொண்டவை. காதலர்கள் சன்னமானக் குரலில் பேசிக்கொள்ளும் நேரம் என்பதால்தான் அச்சமயத்தில் வீசும் காற்று மெல்லியதாகி விடுகிறது. இதை இப்பாடலின் இரண்டாவது சரணத்துக்கு முன்வரும் இடையிசையில் பாடல் கேட்பவர்களுக்கு உணர்த்தியிருப்பார் இளையராஜா.

அந்த இரண்டாவது சரணத்துக்கு முன்வரும் இடையிசை கீ புஃளூட்டில் தொடங்கும். அப்போது அதனுடன் சேரும் கிடார், கீ புஃளூட்டில் வந்த நோட்ஸை ரிபீட் செய்ய, அங்கிருந்து வயலின்கள் டேக் ஓவர் செய்ய, இறுதியில் வீணை போல கிடார் இழையோட அங்கிருந்து இரண்டாவது சரணம் தொடங்கியிருக்கும்.

"உன் தேகம் தேக்கிலா தேன் உந்தன் வாக்கிலா
உன் பார்வை தூண்டிலா நான் கைதி கூண்டிலா
சங்கீதம் பாட்டிலா நீ பேசும் பேச்சிலா
என் ஜீவன் என்னிலா உன் பார்வை தன்னிலா
தேனூறும் வேர்ப்பலா உன்
சொல்லிலா ஆஆ"

என்று இரண்டாவது சரணம் எழுதப்பட்டிருக்கும்.

கவிதை, இசை, காதல் இம்மூன்றுமே, மனதுக்கு எப்போதும் இனிமையான உணர்வை தரக்கூடியவை. இதையுணர்ந்து, இப்பாடலில் மனதை லயிக்கச் செய்யும் வகையில் இசைக் கருவிகள் மீட்டப்பட்டிருக்கும். ஜேசுதாஸும் சித்ராவும் மிருதுவாகவே இப்பாடலைப் பாடியிருப்பர்.

சதாசுதர்சனம் என்ற சதா, அண்மையில் மறைந்த சந்திரசேகர், ராதா விஜயன், சாய்பாபா, கங்கை அமரன், மறைந்த பேஸ் கிட்டாரிஸ்ட் சசி, டேவிட் ஜெயக்குமார், சந்தானம் என இசைஞானி இளையராஜாவின் கிடார் படை நெருங்கவே முடியாதது. இந்த படையின் கூடுதல் சிறப்பே படைத்தலைவரான ராகதேவனும் கிடார் இசைப் புலமையில் சிம்ம சொப்பனமாக இருப்பதுதான். இந்த கூட்டணியின் கிடார் இசையில் வெளிவந்த ஆயிரக்கணக்கான பாடல்கள் கவிதை போல் இன்னும் பல ஆண்டுகள் இளைப்பாறுதலை தந்து கொண்டேயிருக்கும். ராஜாவின் ராஜகீதம் தொடரும்.

32

'அதிசய நடமிடும்'
சிறகு முளைத்திடும் 'புல்லாங்குழல்'!

மனதுக்கு எப்போதும் நெருக்கமானவை பாடல்கள். மனிதர்களின் அதீத மகிழ்வான தருணங்களையும், துக்கமான நேரங்களையும் தவறாமல் பங்கிட்டுக் கொள்பவை அவைதான். அதேபோல் சுயமாக ஒருவர் தம்மை தேற்றிக்கொள்ளும் ஆற்றலை பலருக்கும் பாடல்கள்தான் கொடுக்கின்றன. எண்ணிலடங்கா மனிதர்களின் தனிமையை தன்வயப்படுத்திக் கொள்வதை பாடல்கள் எப்போதும் தவறவிடுவதே இல்லை. அதுவும் இளையராஜாவின் பாடல்கள் என்றால் சொல்லவே வேண்டியதில்லை. மனித மனங்களை ஆய்ந்தறிந்து ராஜா மெட்டு அமைப்பதாலோ என்னவோ, உற்சாகத்தின்போதும், சமையலறைகளிலும், குளியலறைகளிலும், ஓய்வு நேரங்களிலும், தனியாக நடந்து செல்லும்போதும் ஏதாவது ஒரு பாடல் நம்மை முணுமுணுக்க வைக்கிறது.

அதுவும் ஒரு சில பாடல்களைக் கேட்டு ரசித்திருப்போம். ஆனால், அந்தப் பாடல் பெரிதாக வெளியே தெரிந்திருக்காது. ரொம்ப அரிதாகவே அப்படிப்பட்ட பாடல்களைக் கேட்க முடிந்திருக்கும். எப்போதாவது கேட்க வாய்க்கும்போது, அந்த பாடல் மிக சுலபமாக நம்மை ஈர்த்துக் கொள்ளும். அந்த துல்லியத் தாக்குதல் எதனால் நிகழ்கிறது? என்பதை

நம்மால் புரிந்துகொள்ள முடியாது. நிஜ வாழ்க்கையில் பாடல்களோ, பின்னணி இசையோ இருப்பது இல்லையென்றாலும், நம் நினைவுகளை மீட்டுருவாக்கும் செய்யும் பல பாடல்கள் இருக்கத்தான் செய்கின்றன.

1990-ம் ஆண்டு வெளிவந்த 'சிறையில் பூத்த சின்ன மலர்' படத்தில் வந்ததுதான், 'அதிசய நடமிடும் அபிநய சரஸ்வதியோ' என்ற பாடல். கவிஞர் வாலி எழுதிய இந்தப் பாடலை ஜேசுதாஸுடன் இணைந்து சித்ரா பாடியிருப்பார். அன்னநடை கேள்விபட்டிருப்போம். இப்பாடலின் முதல் வரி அதிசய நடை என்று எழுதப்பட்டிருக்கும். ராஜாவின் தேவகானங்களில் இடம்பெறும் அதிசயங்களைக் கொண்ட இந்தப் பாடல், இன்னும் சரியாக கொண்டாடப்படவில்லையோ என்ற உணர்வுதான், இப்பாடல் கேட்கும்போதெல்லாம் மேலோங்கி நிற்கும்.

தலைவன் குறித்த நினைவுகள் தலைவியின் மனது முழுக்க இடியுடன் கூடிய பெருமழைபோல் கொட்டித் தீர்க்க, மழைநீர் நிரம்பி கண்ணாடிக் குடுவைக்குள் இருந்த மீனொன்று, தவறி தரையில் வீழ்ந்து துவண்டு துடித்து தகிப்பதைப் போல் படமாக்கப்பட்டிருக்கும், காட்சிகளின் மேல், பாடலின் தொடக்க இசையை இளையராஜா டீடெய்லிங் செய்திருக்கும் விதம் பேரழகாகப் பொருந்தியிருக்கும்.

பாடலின் தொடக்கமே இடியுடன் கூடி மழையின் ஓசையோடுதான் துவங்கும். அதோடு ஒருசேர வந்துசேரும் கார்ட்ஸும், புல்லாங்குழலின் இசையும் பாடல் கேட்பவர்களின் மனதில் மழைச்சாரலை தூவியிருக்கும். அதுவும் பல்லவி தொடங்குமுன் புல்லாங்குழலின் சின்னதாக ரன்

ஒன்று வரும். முத்துகள் அதிகம் வைத்த கொலுசோடு, மெத்தைப் படிகட்டுகளில் தத்தி குதித்தோடுவதைப் போல அந்த புல்லாங்குழலுக்கு சிறகு முளைக்கச் செய்திருப்பார் ராகதேவன். அங்கிருந்துதான் பாடலின் பல்லவி தொடங்கும்.

"அதிசய நடமிடும் அபிநய சரஸ்வதியோ
நகை அரும்பிய திருமுகம்
அழகிய முழுமதியோ
சுதியொடு லயங்களும் கூட
சதங்கைகள் ஜதிஸ்வரம் பாட
இவளென்ன எனக்கென பிறந்தவளோ"
என்று எழுதப்பட்டிருக்கும்.

பாடல் வரிகளே இவ்வளவு ரசனை மிகுந்தவையாக இருந்தாலும், அந்த ரசனைக்கு ராஜாவின் இடையிசை மேலும் அழகு சேர்த்திருக்கும். பல்லவியின் ஒவ்வொரு வரியின் முடிவிலும் புல்லாங்குழலைப் பயன்படுத்தி பாடல் கேட்பவர்களின் மனதுக்குள் இதமாக குளிரூட்டியிருப்பார் இளையராஜா.

முதல் சரணத்துக்கு முன்வரும் இடையிசை கீபோர்டில் தொடங்கும். அடுத்த சில விநாடிகளில், செனாய் இசைக்கருவியை பயன்படுத்தப்பட்டிருக்கும். காதலன் காதலி காதல் இம்மூன்றுக்குமான இணக்கத்தையும், ஏக்கத்தையும் அந்த செனாய் இசை வெளிப்படுத்தியிருக்கும். அதன்பிறகு வயலின் செக்சன் பின்தொடர, புல்லாங்குழலைக் கொண்டு முதல் இடையிசையை முடித்திருப்பார் இசைஞானி.

இரண்டாவது சரணத்துக்கு முன்வரும் இடையிசை, மனதின் பரிதவிப்பை பாவிக்கும் வகையில் வயலின் செக்‌ஷனில் ஆரம்பிக்க, பின் கிட்டார் இசையை சேர்த்து மனதின் தகிப்பை மட்டுப்படுத்தியிருப்பார் ராஜா. இவை முடிந்த கணத்தில் இரண்டாவது சரணம் தொடங்குவதற்கு முன்வரும் சின்ன இடைவெளியில் புல்லாங்குழல் துள்ளிக் குதித்தோடும்போது பாடல் கேட்பவர்களின் மனதை செல்லமாக கிள்ளி கொஞ்சியிருப்பார் ராகதேவன்.

முதல் சரணத்தில் வரும், "வண்டு வந்து தங்கத்தானே வண்ணத்தாமரை, ஓர் தண்டு கொண்டு நீரில் நிற்கும் உள்ள நாள் வரை", "அந்தி வெய்யில் சாயும்போது அன்பு வெள்ளம் பாயும்போது சிந்து ஒன்று பாட துணை நான் இல்லையோ" என்ற வரிகளும், இரண்டாவது

சரணத்தில் வரும், "சின்னப்பெண்ணின் வார்த்தை என்ன சங்கப் பாடலோ நீ சிந்துகின்ற பார்வை என்ன ஸ்வர்க்க வாசலோ", "அன்றில் ரெண்டு ஒன்றை ஒன்று அட்டைப்போல ஒட்டிக்கொண்டு இன்று காணும் இன்பம் நிறம் மாறாதது", "வளருது வளருது மோகம் விளையுது விளையுது தாகம் இனி இந்த விழிகளில் உறக்கமுண்டோ" - இந்த வரிகளெல்லாம் ராஜாவின் இசையில் காதலர்கள் மனதுக்குள் பொறிக்கப்பட்ட கவிஞர் வாலியின் காதல் கல்வெட்டுகள்.

என்னதான் மெட்டுக்கான சந்தத்துக்கு பாடல் எழுதப்பட்டிருந்தாலும், மேல் கீழாகச் சென்றுவரும் குரலும் லயமும்தான் பாடலை இதமாக்கி, அதை பாடல் கொண்டு சேர்க்கும். அந்த வகையில் இப்பாடலில் மேல், கீழாக பாட வேண்டிய இடங்களை அத்தனை இதமாக ஜேசுதாஸும் சித்ராவும் பாடி, இப்பாடலை கேட்கும் அனைவருக்கும் மறக்கமுடியாத பேரின்பத்தைக் கொடுத்திருப்பார் மேஸ்ட்ரோ இளையராஜா.

33

'அந்த நிலாவத்தான்'

தொடுவானத்து நிலவைத் தொட்டுவிடச் செய்யும் 'புல்லாங்குழல்'!

அல்காரிதத்திலும், ஏஐ-யிலும் கிடைக்காத ஏதோ ஒன்றுக்கு காதலென்று பெயர். பிடித்தமானவர்களின் இன்பாக்ஸுக்கு சென்று படத்துடன் பளிச்சென நினைத்ததைப் பதிவிட முடியாது இருந்த காலமது. இங்குதான் இருக்கிறது என இதுவரை துல்லியமாக கணிக்கப்படாத மனித மனங்களின் மெல்லிய சுவர்களில் ஈரத்தைச் சுரந்தும், இனம்புரியாத அந்த விருப்பத்தை அழகாக்கி புத்துணர்வுடன் வைத்திருப்பதில், சினிமாவுக்கும், பாடல்களுக்கும் எப்போதும் பங்கு உண்டு. அதுவும் இளையராஜா - வைரமுத்து கூட்டணியில் உருவான பாடல்கள் என்றால், அந்தக் காதலே காதல் கொள்ளும் என்பதே நிதர்சனம்.

இக்கூட்டணியில் வெளிவந்த பாடல்களைக் கேட்கும் பொழுதுகள் எல்லாமே பாடல் கேட்பவர்களுக்கு வானத்தை வசப்படுத்தி, வானவில்லின் நிறங்கள் மனசுக்குள் அப்பிக்கொள்ளும். இதற்குமுன் எத்தனையோ முறை கேட்டிருந்தாலும், மீண்டும் மீண்டும் மூளையின் செரிபிரத்தை (*Cerebrum*) அதிசயிக்க வைக்கும்.

மண் மணம் மாறாத இந்தக் கூட்டணியின் எத்தனையோ பாடல்களின் மெட்டுகளில் கிராமங்களும், கிராமத்து மனிதர்களின் காதலும் வாழ்வும்

வழிந்தோடிக் கிடக்கும். இந்திப் பாடல்களை மறக்கடிக்கச் செய்த பெருமைக்குச் சொந்தக்காரர் இளையராஜா. இதுபோன்ற பாடல்கள்தான் கிராமத்து மக்களின் வாழ்க்கையில் இரண்டற கலந்திருந்த வாய்மொழிப் பாடல்கள், வழக்காறுகள், சொல்லாடல்கள், சொலவடைகள் பலவும் சினிமாவுக்குள் வந்தன.

இவைகளின் நெருக்கமும், பிணைப்பும்தான் அதுவொரு சினிமா பாடல் என்கிற நிலையைக் கடந்து, அவை தங்களுக்கானது, தங்களைப் பற்றியது என்பதை வெகுசன மக்களை உணரச் செய்தது. அந்த வகையில், இயக்குநர் பாரதிராஜாவுடன் இணைந்து இருவரும் பணியாற்றிய திரைப்படத்தில் முதல் மரியாதை இன்றளவும் மறக்கமுடியாத திரைப்படம். இந்தப்படத்தில் அனைத்து பாடல்களுமே, காலத்தை களவாடியவை. படத்தில் பெரும்பாலான பாடல்களை மலேசியா வாசுதேவன் பாடியிருப்பார்.

"அந்த நெலாவத்தான்" பாடலை மட்டும் இளையராஜா பாடியிருப்பார்.

இந்தப் படத்தின் அனைத்துப் பாடல்களையும் வைரமுத்து எழுதியிருப்பார். குறிப்பாக இந்தப் பாடலில் கிராமத்து வழக்கு சொற்களைப் பயன்படுத்தியிருப்பார். பாடலின் முதல் சரணத்தில் வரும் வரிகளில், "மல்லு வேட்டி கட்டி இருக்கு, அது மேல மஞ்ச என்ன ஒட்டியிருக்கு, முத்தழகி முத்தம் குடுக்க அது மேல மஞ்ச வந்து ஒட்டிகிருச்சி" என்று எழுதப்பட்டிருக்கும். இதே சரணத்தில், லவுக்கை என்ற சொல்லாடலை பயன்படுத்தியிருப்பார். காதலர்களுக்கான

உரையாடலில் இந்தப் பதம் கனகச்சிதமாக பொருந்தியிருக்கும்.

அதேபோல், இரண்டாவது சரணத்தை, “ரத்தினமே முத்தம் வைக்கவா அதுக்காக பட்டணம் போய் வக்கீல் வைக்கவா வெக்கதையும் ஒத்தி வைக்கவா அதுக்காக மந்தையில பந்தி வைக்கவா” என்ற வரிகள் இடம்பெற்றிருக்கும். மண்சார்ந்த மக்களின் தினசரி புழக்கத்தில் உள்ள சொற்கள் இந்தப் பாடலுக்கு அணிகலனாய் அமைந்திருக்கும்.

இந்தப் பாடலை இளையராஜாவுடன் இணைந்து சித்ரா பாடியிருப்பார். பாடலின் தொடக்க இசை மற்றும் சரணங்களின் இடையில் வரும் இடையிசையின் வழியாக, சந்திரயான் துணை இல்லாமல் நிலவுக்கு அழைத்துச் சென்றிருப்பார் இளையராஜா.

தொடுவானத்தில் தெரியும் நிலாவைப் பிடிக்க ஆசைபடும் கிராமத்து காதலர்கள் இரவில் தனியாக அமர்ந்து பேசிக் கொண்டிருப்பது போல இப்பாடலுக்கான தொடக்க காட்சி அமைக்கப்பட்டிருக்கும். “அந்த நிலாவ தான்... நான் கையில புடிச்சேன்... என் ராசாவுக்காக” என்று சித்ரா பாடிமுடித்த கணத்தில், ஒரு புல்லாங்குழல் இசை வரும். இரவு நேரங்களில் ரீங்கரிக்கும் வண்டுகளின் சத்தத்துக்கு இணையாக அது அமைக்கப்பட்டிருககும்.

அதைத்தொடர்ந்து வரும் புல்லாங்குழல், வயலின், கிடார் உள்ளிட்ட ராஜாவின் இசைக் கருவிகள் தொடுவானத்து நிலாவை கைதொடும் தூரத்துக்கு கொண்டு வந்திருக்கும். தொடர்ந்து முதல் சரணத்துக்கு முன்வரும் இடையிசையில் வயலினும், செல்லோவும் செம்மண் உழுத வயல்வெளிகளின் சுவட்டை மனசுக்குள் பதித்திருக்கும். அதேபோல், பருவம் வந்த காதலர்களின் விரசமான ப்ரியங்களை இச்சரணத்தின் இடையிசையில் வரும் புல்லாங்குழலும், வயலின்களும் மறைக்காமல் கடத்தியிருக்கும்.

அதேபோல், இரண்டாவது சரணத்துக்கு முன்வரும் இடையிசையில் புல்லாங்குழல், வயலின், செல்லோ, சந்தூர் உள்ளிட்ட இசைக்கருவிகளைக் கொண்டு மனசுக்குள் மத்தாப்பூ கொளுத்தி பேரானந்தத்தைத் தந்திருப்பார் இளையராஜா.

34

'சொர்க்கத்தின் வாசற்படி'
எண்ணக் கனவுகளை கலைத்துவிடும் 'கிடார்'!

1990-ம் ஆண்டு வெளிவந்த 'உன்னைச் சொல்லி குற்றமில்லை' திரைப்படத்தில் வரும் 'சொர்க்கத்தின் வாசற்படி' பாடல். இந்தப் பாடலை கவிஞர் வாலி எழுதியிருப்பார். பாடலை ஜேசுதாஸ் உடன் இணைந்து சித்ரா பாடியிருப்பார். பாடலின் தொடக்கயிசை சுப்ரானோ சாக்ஸில் தொடங்கும். மிக மிருதுவாக செல்லும் அந்த சுப்ரானோ சாக்ஸ், டாப் நோட்டை தொடும்போது, புதுவெள்ளம் போல பாய்ந்து வரும் வயலின்களை, கிடாரின் இசைக் கொண்டு கட்டுப்படுத்தியிருப்பார் இசைஞானி. ராஜாவின் கட்டுகள் வயலின்கள் வந்திருக்க, பூமழை சாரலாய் அதன் மேல் விழும் கீபோர்டின் இசையைத் தூவி பாடல் கேட்பதற்கு நம்மை ஆயத்தப்படுத்தி விடுவார் இளையராஜா.

> "சொர்க்கத்தின் வாசற்படி எண்ணக் கனவுகளில்
> சொர்க்கத்தின் வாசற்படி எண்ணக் கனவுகளில்
> பெண்ணல்ல நீயெனக்கு வண்ணக் களஞ்சியமே
> சின்னமலர்க் கொடியே
> நெஞ்சில் சிந்தும் பனித்துளியே"
> என்று பாடலின் பல்லவி எழுதப்பட்டிருக்கும்.

இந்த பல்லவியில், "சொர்க்கத்தின் வாசற்படி" என்ற வரி முடிந்தபின் கிடாரிலும், "எண்ணக் கனவுகளில்" என்ற வரியின் முடிவில்

புல்லாங்குழலிலும், "பெண்ணல்ல நீயெனக்கு" "வண்ணக் களஞ்சியமே" என்ற வரிகளின் முடிவில் கிடாரிலும் தாலாட்டும் ராஜாவின் இசை. "சின்னமலர்க் கொடியே"

"நெஞ்சில் சிந்தும் பனித்துளியே" என்ற வரிகள் முடியும் இடத்தில் வயலின்களை இசைத்து நம்மை வாரிச்சுருட்டி அணைத்துக் கொள்ளும் ராகதேவனின் இசை. ஒரு பல்லவியில் இவ்வளவு மெனக்கெடலைக் கொட்டியிருப்பதெல்லாம், இசைப்பிதாவுக்கு மட்டுமே சாத்தியமானது.

அதன்பின் வரும் முதல் சரணத்துக்கு முன்வரும் இடையிசையிலும் அப்படித்தான், சுப்ரானோ சாக்ஸ், கிடார், வயலின், கீபோர்ட் கூட்டணியுடன் டிரம்ஸ் சேர்த்து மயக்கியிருப்பார் இசைஞானி.

பாடலின் முதல் சரணம்,

"உன்னாலே உண்டாகும் ஞாபகங்கள்
ஒன்றிரண்டு அல்லவே
ஒன்றுக்குள் ஒன்றான நீரலைகள்
என்றும் இரண்டல்லவே
சிற்றன்னவாசலின் ஓவியமே
சிந்தைக்குள் ஊறிய காவியமே

எங்கே நீ அங்கேதான் நானிருப்பேன்
எப்போதும் நீயாடத் தோள் கொடுப்பேன்
மோகத்தில் நான் படிக்கும் மாணிக்க வாசகமே
நான் சொல்லும் பாடலெல்லாம் நீ தந்த யாசகமே"
என்று எழுதப்பட்டிருக்கும்.

இரண்டாவது சரணம்,

"உன்னாலே நான் கொண்ட காயங்களை முன்னும் பின்னும் அறிவேன்
கண்ணாலே நீ செய்யும் மாயங்களை இன்றும் என்றும் அறிவேன்
மின்சாரம் போலெனைத் தாக்குகிறாய்
மஞ்சத்தைப் போர்க்களம் ஆக்குகிறாய்
கண்ணே உன் கண்ணென்ன வேலினமோ
கை தொட்டால் மெய் தொட்டால் மீட்டிடுமோ
கோட்டைக்குள் நீ புகுந்து வேட்டைகள் ஆடுகிறாய்
நானிங்கு தோற்றுவிட்டேன் நீயென்னை ஆளுகிறாய்"

என்று எழுதப்பட்டிருக்கும்.

இந்தப் பாடலில் பல்லவி மற்றும் சரணங்களில் வரும் தபேலாவின் தாளநடை நளினத்தைக் கொண்டு வந்திருக்கும். அந்த சேஞ் ஓவர்களில் தாளநடை மாறும் இடமெல்லாம் இசைஞானி டச். அதேபோல், பாடல் முழுவதும் வரும் கிடார், கீபோர்ட், புல்லாங்குழல், வயலின்கள், டிரம்ஸ் என வரும் இசைக்கருவிகளின் சேர்க்கை, தேனில் பிசைந்த தினை போல எத்தனை முறை கேட்டாலும் திகட்டாதிருக்கும்.

பாடலின் இரண்டாவது இசையில் கிடாரும், வயலின்களும்தான் ஆதிக்கம் செலுத்தியிருக்கும். பாடலை ஜேசுதாஸும் சித்ராவும் அத்தனை இனிதாக பாடி பாடல் கேட்பவர்களின் உள்ளங்களை பாடல் வெளிவந்த காலத்திலும் சரி இப்போதும் சரி, கொள்ளயடித்துக் கொண்டே இருக்கின்றனர்.

வரிகள் தோறும் காதலின் அழகியலையும், இணக்கத்தையும் வார்த்திருப்பார் காவியக் கவிஞர் வாலி. தினந்தோறும் பாடல் கேட்கும் பழக்கம் கொண்ட எத்தனையோ இளையராஜா ரசிகர்களின் விருப்பத்துக்குரிய பாடல்களின் பட்டியலில் இந்தப் பாடலுக்கு எப்போதும் ஒரு தனியிடம் என்றென்றும் இருக்கவேச் செய்யும். தனது இசையால், வாழும்போதே சொர்க்கத்தை உணரச் செய்யும் ராகதேவனின் தேவகானங்களால்தான் நம்முடைய ஒவ்வொரு நாளும் நீள்கிறது...

35

'மழை வருது மழை வருது…'
மனக் குடைக்குள் 'வயலின்' சாரல்!

மழை பெய்யத் தொடங்கும் போதெல்லாம் இன்ஸ்டா, ட்விட்டர், ஃபேஸ்புக் என சமூக ஊடகங்களில் வெள்ளமென நிரம்பி வழிகிறது இசைஞானி இளையராஜாவின் இசையும் பாடல்களும். ஆவி பறக்கும் ஓர் தேநீர் கோப்பையின் பின்னூட்டமாக வரும் ராஜாவின் இசையும் பாடலும், அதை பதிவிட்ட நபர்களது மனதின் அவதானிப்புகளை எல்லாம் மின்னல் போல் திசையெங்கும் பளிச்சிட செய்கிறது.

யாரோ ஒருவர், மழையின் ஈரத்தை தன் மனதின் கதகதப்பால் சூடாக்கி, அதில் ராகதேவனின் இசையை சேர்த்து, சமூக ஊடகங்களில் பரிமாறும் அந்த புகைப்பட தேநீரில் பேரன்பு பொதிந்திருக்கும். எங்கோ, யாருடைய மனதிலோ, பட்டாம்பூச்சியின் சிறகை விரிக்கச் செய்த அந்த பாடல், இணையத்தின் வழியே ஒருவர் பின் ஒருவராக மாறி மாறி பகிரப்படுகிறது. ஆனால், அப்பாடலைக் கேட்கும் அனைவருக்குள்ளும் அதே பட்டாம்பூச்சியின் ஸ்பரிசத்தை உணரச் செய்திருப்பதே மேஸ்ட்ரோவின் சிறப்பு.

மழை அனைத்தையும் ஈரமாக்கும். ராஜாவின் இசை மழையை ஈரமாக்கும். "ராஜாவின் இசையில் மழை நனைந்த கதை" என்றொரு புத்தகம் கொண்டு வரவேண்டும். அந்த அளவுக்கு மழை பாடல்களையும்,

மழை தொடர்பான காட்சிகளையும் தனது இசையால் கரைந்தோடச் செய்திருப்பவர் இசைஞானி. இந்தப் பாடல் காட்சியில் மழை வராது, ஆனால், பாடல் கேட்டால், நம் மனதுக்குள் மழை பெய்யக்கூடும்.

இயக்குநர் சுரேஷ் கிருஷ்ணா இயக்கத்தில் கடந்த 1990-ம் ஆண்டு வெளிவந்த படம் 'ராஜா கைய வெச்சா'. இப்படத்தில் வரும் "மழை வருது மழை வருது" பாடல்தான் அது. பாடலை கவிஞர் புலமைப்பித்தன் எழுத, ஜேசுதாஸ் உடன் சித்ரா இணைந்து பாடியிருப்பார்.

தரை தொடும் முன்பே சமிக்ஞைகளால் எச்சரிக்கும் மழை. இப்பாடலின் தொடக்க இசையும் அப்படித்தான், மழையில் நனையாதிருக்க செய்யும் மனிதர்களின் ஆயத்தங்களைப் போலவே கேட்கப்போகும் பாடலுக்கு நம் மனதை ஆயத்தமாக்கியிருக்கும். அந்த ஓபனிங் கிடாரும், பெல்லும் மழைக்கு முன்பாக கூடும் கருமேகத்துக்குள் நம்மை கடத்தி சென்று விடும். அதன்பின் தின்னமாக வரும் தாஸ் ஏட்டனின் குரலில் வரும் லா லால லா லால லாலா என்ற லல்லபி இன்னும் சற்று நீளாதா என ஏங்கிடும் நேரம்பார்த்து, வலிக்காமல் முகத்தின் மீது விடாது விழும் மழைத்துளிகளாய் ஏழெட்டு கவுண்ட்டில் வரும் சந்தூர் இசையில் மொத்த மனதும் நனைந்து போகும்.

தூறலாய் பெய்யும் மழையை கடக்கும்போது கொஞ்சம் கொஞ்சமாக நனைந்து போவோம். வாகனத்தில் செல்லும்போதோ, மூடப்படாத பேருந்தின் ஜன்னலோரத்தில் அமர்ந்து பயணிக்கும்போதோ அடர்த்தியான காற்றை சமாளிக்க முடியாமல் முகத்தில் திடீரென விழும் மழை போலத்தான், பாடலின் முதல் சரணத்துக்கு முன்வரும் இடையிசையை ராஜா அமைத்திருப்பார்.

வயலின் உள்ளிட்ட ஸ்டிரிங் இசைக் கருவிகளுடன் கிடாரும் பெல்லும் மழைத் தூறலாய் பெய்ய, ஒரு லாங் நோட்டில் வரும் அந்த புல்லாங்குழலின் ஆலாபனைதான் காற்றின் கனத்தையும் மழையின் சுவையையும் மனதுக்கு தந்திருக்கும்.

தகிக்கும் வெயிலுக்கு மழை எப்போதும் அஞ்சாது. சிலநேரங்களில் வெயிலோடு சேர்ந்து மழையும் பெய்யும். அதுபோன்ற நேரங்களில் வெயிலை நம்பி முன்செல்லவும் முடியாமல், மழைக்குப் பயந்து பின்வாங்கவும் முடியாமல் மனம் படாதபடும். அதுவொரு இதமான வேதனை. அதைத்தான் இப்பாடலின் இரண்டாவது சரணத்துக்கு முன்வரும் இசை விவரித்திருக்கும்.

இரு வேறு ட்ராக்குகளில் பயணிக்கும் வயலின்கள் வெயிலும் மழையுமாய் மனதை பரிதவிக்கச் செய்திருக்கும். அந்த இடத்தில் தீர்க்கமாக விழும் பியானோ மற்றும் பாடல் முழுவதும் பின்தொடர்ந்து வரும் அந்த பெல்லின் ஒலியும் வானில் இருந்து கீழ் விழுந்து தெறிக்கும் மழைத்துளிகளாய் மனதை சிதறடித்திருக்கும்.

அந்த இடத்தில் இருந்து இரண்டாவது சரணம் தொடங்குவதற்குமுன் வரும் இடையிசையில், ஒரு சின்ன இடைவெளியை புல்லாங்குழல், வயலினை வைத்து இசைஞானி நிரப்பும்போது, மனதோடு சேர்த்து நம்மையும் முழுமையாக நனைந்து போக செய்திருப்பார். இசைஞானியின் இசைமழை வாழ்வெல்லாம் தொடரும்...